ஐ லவ் யூ மிஷ்கின்

சி.சரவணகார்த்திகேயன் (1984) அண்ணா பல்கலைக்கழகத்தில் கணிப்பொறியியல் படித்து, தற்போது பெங்களூரில் தனியார் நிறுவனமொன்றில் மென்பொருளாளராகப் பணியாற்றி வருகிறார். இவரது ஊர் கோவை, ஈரோடு. 2007-ம் ஆண்டில் ‘குங்குமம்’ இதழில் கவிப்பேரரசு வைரமுத்து இவரது ‘ஒருத்தி நினைக்கையிலே...’ என்ற படைப்பை முத்திரைக் கவிதையாகத் தேர்ந்தெடுத்தார்.

இவரது முதல் புத்தகமான சூசந்திரயான்’ 2009-ம் ஆண்டின் தமிழக அரசின் சிறந்த நூல் விருது பெற்றது. 2016-ம் ஆண்டில் பிரதிலிபி நடத்திய ‘ஞயம் பட வரை’ கட்டுரைப் போட்டியில் முதல் பரிசு பெற்றார். 2017-ம் ஆண்டில் உயிர்மை வழங்கும் சுஜாதா விருது (இணையப் பிரிவு) பெற்றார். திருமதி.சுகன்யா தேவி கோவை பாரதியார் பல்கலைக்கழத்தில் செய்த முனைவர் பட்ட ஆய்வுக்கு (‘சமகாலக் கவிதைகளில் சமூகக் கருத்துகள்’) எடுத்துக்கொண்ட நூல்களில் இவரது ‘பரத்தை கூற்று’ம் ஒன்று. சூகுங்குமம்’ இதழில் ‘ச்சீய் பக்கங்கள்’, ‘ஆகாயம் கனவு அப்துல் கலாம்’ ஆகிய தொடர்களை எழுதியிருக்கிறார். உயிர்மை, ஆனந்த விகடன், குமுதம், அம்ருதா, ஆழம், அகநாழிகை முதலிய இதழ்களிலும் இவரது படைப்புகள் வெளியாகியுள்ளன. ‘தமிழ்’ என்ற மின்னிதழை நடத்திவருகிறார். இவரது இரு சிறுகதைகளைத் தழுவிக் குறும்படங்கள் எடுக்கப்பட்டிருக்கின்றன.

புத்தகங்கள்:

- கமல் ஹாசனின் அரசியல் (மின்னூல்) - 2017 (கட்டுரை)
- இறுதி இரவு - 2016 (சிறுகதை)
- ஆகாயம் கனவு அப்துல் கலாம் - 2016 (அறிவியல்)
- ஐ லவ் யூ மிஷ்கின் (மின்னூல்) - 2015 (திரை விமர்சனம்)
- வெட்கம்விட்டுப் பேசலாம் - 2014 (வரலாறு)
- குஜராத் 2002 கலவரம் - 2014 (வரலாறு)
- கிட்டத்தட்ட கடவுள் - 2013 (கட்டுரை)
- தேவதை புராணம் - 2012 (கவிதை)
- பரத்தை கூற்று - 2010 (கவிதை)
- சந்திரயான் - 2009 (அறிவியல்)

ஐ லவ் யூ மிஷ்கின்

சி. சரவணகார்த்திகேயன்

கிழக்கு

இ லவ் யூ மிஷ்கின்
I Love you Mysskin

First Edition: December 2018
176 Pages
Printed in India.

ISBN 978-81-8493-978-1
Kizhakku 1143

Kizhakku Pathippagam
177/103, First Floor, Ambal's Building, Lloyds Road,
Royapettah, Chennai - 600 014. Ph: +91-44-4200-9603
Email : support@nhm.in | Website : www.nhm.in

kizhakkupathippagam | kizhakku_nhm

Author's Contact Details:

c.saravanakarthikeyan@gmail.com
www.writercsk.com
saravanakarthikeyanc
Twitter: writercsk

Cover Image: Wikimedia

Kizhakku Pathippagam is an imprint of New Horizon Media Private Limited

கமல்ஹாசனுக்கு...

உள்ளே...

சினிமா சினிமா சினிமா

When people ask me if I went to film school
I tell them, 'no, I went to films'.

- Quentin Tarantino

சினிமா என் மூன்றாம் காதல். பெண்கள், புத்தகங்களுக்கு அடுத்தபடி இவ்வுலகில் நான் மிக நேசிக்கும் விஷயம் அதுவே. என் நேர் பேச்சுகளில், ட்விட்டர் போன்ற தினசரி எழுத்துகளில் சினிமாவுக்குத் தனி இடமுண்டு. 'த்ரிஷ்யம்' ஜார்ஜ்குட்டிபோல் வாழ்க்கை நிகழ்வுகளைப் பற்றிக் கதைக்கையில் சினிமாக் காட்சிகளை உதாரணம் சொல்வதுண்டு. சினிமாவையும் தமிழனையும் பிரிக்க முடியாது!

கடந்த பத்தாண்டுகளில் உத்தேசமாக வாரம் ஒரு திரைப்படம் பார்த்திருக்கிறேன். கிட்டத்தட்ட அத்தனையுமே திரையரங்கு களில். சில இரண்டாம் முறை. சில ஆங்கிலம், இந்தி, மலையாளம், கன்னடம் உள்ளிட்ட வேற்று மொழி. அப்படிப் பார்த்தவற்றில் சிலவற்றுக்கு நேரம் வாய்க்கும்போது எழுதிய விமர்சனங்களில் தேர்தெடுக்கப்பட்டவையின் தொகுப்புதான் 'ஐ லவ் யூ மிஷ்கின்' என்ற இந்த நூல்.

சினிமாவோ, எழுத்தோ அல்லது வேறெந்தக் கலையோ... ஏன் விமர்சனம் செய்ய வேண்டும்? விமர்சனத்துக்கான அவசியம் மூன்று தரப்பினருக்கு இருப்பதாகக் கருதுகிறேன். 1) படைப்பாளி தன் ஆக்கம் குறித்த கருத்துகளை அறிகிறான் 2) சக வாசகன் / ரசிகன் நல்ல படைப்பை எப்படி அடையாளம் காண்பது என்பதைக் கற்கிறான் 3) எல்லாவற்றுக்கும் மேலாக விமர்சனம் செய்பவன் ஒவ்வொரு முறையும் தன் ரசிப்புத் தன்மையை மறுபரிசீலனைக்குட்படுத்தி கூர்தீட்டுகிறான்.

அந்த வகையில் இவை என் சினிமா ரசனையின் நேரடிப் பிரதிபலிப்புகள்; காலப்போக்கில் நிகழ்ந்த பரிணாம வளர்ச்சிக்கான தடயங்கள். எது சினிமா, எது நல்ல சினிமா எனப் புரிந்துகொள்ள நான் தொடர்ந்து முயன்று வருவதன் ஆதாரங்கள். வேறு எவரை டவும் இவை எனக்கு முக்கியமானவை. காரணம், இவை என் சிந்தனையை அடையாளப்படுத்துகின்றன, அம்பலப்படுத்து கின்றன.

கவிதை, புனைவு உள்ளிட்ட மற்ற படைப்பு வகைமைகளைவிட விமர்சனம் எழுதுவதில் முக்கியச் சிரமம் ஒன்றுண்டு. மற்றவற்றில் கற்பனை வளம் நல்கும் சுதந்திரம் இருக்கிறது. ஆனால், விமர்சனத்தில் நேர்மை மிக முக்கியம். எப்படி உள்வாங்கினோமோ அப்படியே துல்லியமாக வெளிப்படுத்த வேண்டும், கூட்டவோ குறைக்கவோ கூடாது. நமக்குப் பிடித்தவர் / பிடிக்காதவர் என்ற பாரபட்சம் உட்புக அனுமதிக்கக் கூடாது. அப்படியல்லாமல், விமர்சனத்தில் பொய் கலக்கும்போது அது பிரசாரமாகிவிடுகிறது. நாளை நம் எழுத்தை நாமே படிக்கையில் ஓர் அந்நியத்தனம் உறுத்தும்... கண்ணாடியில் வேறு முகம் தெரிவதுபோல்.

பெரும்பான்மை சொல்லும் நல்லது / கெட்டது தாண்டி, நமக்கு ஒரு படைப்பு அளிக்கும் அனுபவத்தை அப்படியே முன்வைப்பதே என் வரையில் நல்ல விமர்சனம். ஊரோடு ஒத்து வாழ்வதை தினத்தந்தி பார்த்துக்கொள்ளும். நாம் நமக்காக வாழ்ந்தால்தான் சுகம். கருத்து கேலிக்குரியதாக, கண்டனத்துக்குரியதாக இருந்தாலும், உண்மையான அனுபவத்தை சமரசமின்றி அப்படியே எழுதிவிட வேண்டும். இந்த விமர்சனங்கள் அனைத்தையும் அப்படித்தான் செய்திருக்கிறேன்.

இவற்றில் கணிசமானவை என் வலைதளத்தில் எழுதப் பெற்றவை. இன்னும் சிலமருதனை ஆசிரியராகக் கொண்ட 'ஆழம்' மாத இதழில் வெளியானவை. ஒன்று, கனடாவிலிருந்து வெளியாகும் 'விளம்பரம்' என்ற இதழில் வெளியானது. இதே தலைப்பில் ஈராண்டுகளுக்கு முன்னர் மின்னூலாக வந்ததுடன், பிற்பாடு எழுதியவற்றையும் சேர்த்து தற்போது கிழக்கு பதிப்பகத்தின் வழி முழு நூலாக அச்சாக்கம் பெறுகிறது.

நல்ல சினிமாவை எனக்கு அறிமுகப்படுத்தியது கமல் ஹாசன்தான். 'குருதிப்புனல்' என் வாழ்வில் மிகப் பெரும் திருப்புமுனைப் படம். அதுவரையில் நானொரு ரஜினி ரசிகன். இன்றும் தமிழ்

சினிமாவின் பிரதிநிதி என்று சொல்வதானால் அது கமல் ஹாசன்தான். சினிமா பற்றிய என் கருத்துகள் வடிவம் பெற்றதில் அவரது திரைப்படங்கள் (குறிப்பாக அவர் திரைக்கதை எழுதிய படங்கள்) முக்கியப் பங்குவகிக்கின்றன. அவர் ஒரு சினிமா இயக்கம் - அவர் அரசியலுக்கு வந்தால் (Actually speaking, போனால்) பேரிழப்பு சினிமாவுக்கே! அவர் படங்களையே எதிர்மறையாக விமர்சிக்கும் கலா விஸ்தாரமும் கருத்து நேர்மையும் அவரிடமிருந்து பெற்றதுதான். அதனால்தான் இந்த நூலை அவருக்குச் சமர்ப்பணம் செய்திருக்கிறேன்.

நாளை நானொரு நல்ல திரைக்கதை எழுதினால் அதற்கு இந்த நூலே முதல்படி.

பெங்களூரு

சி.சரவணகார்த்திகேயன்

27, அக்டோபர் 2017

1

சினிமாவும் நானும்

நாகார்ஜுனன் தன் வலைப்பதிவில் 'அடுத்த ஓராண்டுக்கு தமிழ் சினிமா இல்லை?' என்ற கட்டுரையில் தனி நபர்களின் சினிமா அனுபவத்தையொட்டி பதினோரு கேள்விகள் கொடுத்திருந்தார். அதற்கு பதிலெழுதிப் பார்க்கும் முயற்சியில்...

1-அ) எந்த வயதில் சினிமா பார்க்க ஆரம்பித்தீர்கள்?

கிட்டத்தட்ட மைனஸ் ஒரு வயதில். ஆம். அம்மாவின் வயிற்றிலிருந்தபோது. அபிமன்யுவுக்கு கிருஷ்ணன் பத்மவியூகம் சொன்னதுபோல. படம்: வைதேகி காத்திருந்தாள்.

1-ஆ) நினைவு தெரிந்து கண்ட முதல் சினிமா?

உண்மையைச் சொல்ல வேண்டுமென்றால், நினைவில்லை. கலவையாகப் பல படங்கள் வந்து போகின்றன. எதுவென்று சரியாகச் சொல்ல முடியவில்லை.

1-இ) என்ன உணர்ந்தீர்கள்?

அப்படிக் கலவையாக வந்து போகும் படங்கள் அனைத்திலும் பொதுவான அம்சமாக இருந்த அதிரடி சண்டைக் காட்சிகளும், நடிகைகளின் தொப்புள் காட்சிகளும்.

2) கடைசியாக அரங்கில் அமர்ந்து பார்த்த தமிழ் சினிமா?

பெங்களூர் ஃபேம் லிடோ திரைப்பட அரங்கில் நண்பர்களுடன் நேற்றிரவு இரண்டாம் ஆட்டம் பார்த்த கௌதம் வாசுதேவ் மேனனின் 'வாரணம் ஆயிரம்.'

3-அ) கடைசியாக அரங்கிலன்றிப் பார்த்த தமிழ் சினிமா எது?

மணிரத்னத்தின் அல்லது கமல் ஹாசனின் 'நாயகன்.' இது படத்தை நான் பார்க்கும் முப்பதாவது அல்லது அதற்கு மேற்பட்ட தடவையாக இருக்கலாம். கணக்கு வைத்துக்கொள்ளவில்லை.

3-ஆ) எங்கே?

என் வீட்டில், தனிமையில், மடிக்கணினியில், குறுந்தகட்டில். எனக்கு பிடித்த இது போன்ற பழைய படங்களின் குறுந்தகடுகளை சேகரித்துவைத்திருக்கிறேன்.

3-இ) என்ன உணர்ந்தீர்கள்?

தமிழின் ஆகச் சிறந்த படம் என்பதை மேலும் ஒரு முறை உறுதி செய்துகொண்டேன். இது போன்ற படங்களை மீண்டும் மீண்டும் பார்ப்பதை ஒரு மனப்பயிற்சியாகவே கருதுகிறேன்.

4) மிகவும் தாக்கிய தமிழ் சினிமா?

கமல்ஹாசனின் 'குருதிப்புனல்.' இதுவரை உலகத்தரத்தில் தமிழில் புனையப்பட்ட ஒரே திரைக்கதை என்பதற்காகவும், அதில் ஒளிந்திருக்கும் தொழில்நுட்ப நேர்த்திக்காகவும்.

5-அ) உங்களை மிகவும் தாக்கிய தமிழ் சினிமா-அரசியல் சம்பவம்?

குஷ்புவின் கற்பு பற்றிய கருத்துகளும் அதற்கான அதீத எதிர்வினையும். அவர் சொன்னது உண்மை என்பதுதான் பிரச்னை - அதன் விலை எப்போதும் அதிகம்.

5-ஆ) உங்களை மிகவும் தாக்கிய தமிழ் சினிமா-தொழில்நுட்பச் சம்பவம்?

சந்தேகமில்லாமல் இயக்குநர் ஷங்கர் இயக்கும் திரைப்படங் களின் ஜிம்மிக்ஸ் வேலைகள். அன்றைய 'ஜென்டில்மேன்' தொடங்கி நாளைய 'ரோபோ' வரை.

6) தமி?ழ் சினிமா குறித்து வாசிப்பதுண்டா?

காலச்சுவடு, உயிர்மை, தீராநதி முதல் குமுதம், ஆனந்த விகடன், குங்குமம் வரை சினிமா தொடர்பாக வரும் அனைத்தையும் பாகுபாடின்றி - தினத்தந்தி உட்பட.

7) தமிழ் சினிமா இசை?

இளையராஜா இளையராஜா இளையராஜா இளையராஜா இளையராஜா இளையராஜா இளையராஜா இளையராஜா இளையராஜா இளையராஜா.

8-அ) தமிழ் தவிர வேறு இந்திய மொழி சினிமா பார்ப்பதுண்டா?

சிறுவயதில் தூர்தர்ஷனில் ஞாயிறு மதியம் ஒளிபரப்பாகும் மாநில மொழிப் படங்கள் நிறைய பார்த்திருக்கிறேன். தற்போது இந்தி படங்கள் மட்டும்.

8-ஆ) அதிகம் தாக்கிய படங்கள்?

Lagaan, Taare Zameen Par, Black, A Wednesday, Fashion, Fire, Water, Dil Se, Guru, Mathrubhoomi, Swadesh, Samay, Tahaan, Sarkar, Satya மற்றும் Sholay.

8-இ) தமிழ் தவிர வேறு உலக மொழி சினிமா பார்ப்பதுண்டா?

ஜேம்ஸ் பாண்ட், ஜாக்கி சான், ஜுராஸிக் பார்க் தொடங்கி தொலைக்காட்சியிலும் குறுந்தகட்டிலும் பல ஆங்கிலப் படங்கள்... அவ்வப்போது திரையரங்கில்.

8-ஈ) அதிகம் தாக்கிய படங்கள்?

Jurassic Park, Titanic, Troy, Island, Independence Day, Water World, Day After Tomorrow, Wall&E, Johnny English, Behind The Enemy Lines, E.T., Apocalypto மற்றும் Gladiator.

9-அ) தமிழ் சினிமா உலகுடன் நேரடித் தொடர்பு உண்டா?

கல்லூரி நாள்களில் உண்டு. உடன் படித்த அழகப்பன் (அவன் தந்தை திரைப்பட விநியோகஸ்தர் மற்றும் தயாரிப்பாளர்) என்ற சினேகிதனின் மூலமாக.

9-ஆ) என்ன செய்தீர்கள்?

ராஜ்மோகன் என்ற இயக்குநரின் முதல் படத்துக்கு நான்கு பாடல்கள் எழுதினேன். சில பல காரணங்களால் அந்தப் படம் பாதியில் கைவிடப்பட்டது.

9-இ) பிடித்ததா?

கிட்டதட்ட. கனவுத்தொழிற்சாலையின் அரசியல் உணர்ந்தே அதற்குத் தயாரானேன். ஆத்மசுத்தியோடு அங்கு செயல்பட இயலாது.

9-ஈ) அதை மீண்டும் செய்வீர்களா?

வாய்ப்பு கிடைத்தால் செய்வேன். சினிமாவுக்காக அல்ல என் சுயநலத்துக்காக. அது தரும் புகழ் எனும் மூலதனத்துக்காக. அதனால் என் நிஜ எழுத்துகள் மேலும் வாசிக்கப்படும் என்பதற்காக.

9-உ) தமிழ் சினிமா மேம்பட அது உதவுமா?

உதவாது. சினிமா என்னால் மேம்பட இரண்டு விஷயங்கள் சாத்தியப்பட வேண்டும். நான் இயக்குநராக இருக்க வேண்டும். நானே தயாரிப்பாளாராகவும் இருக்க வேண்டும்.

10) தமிழ் சினிமாவின் எதிர்காலம் பற்றி என்ன நினைக்கிறீர்கள்?

பாலா, சேரன், அமீர், செல்வராகவன், கௌதம் வாசுதேவ் மேனன், முருகதாஸ், பாலாஜி சக்திவேல், வசந்தபாலன், சசிகுமார், ராதாமோகன், சுசி கணேசன், சிம்புதேவன், வெங்கட் பிரபு, விஜய், ராம், வெற்றிமாறன் - என்ன சொல்கிறீர்கள்?

11-அ) அடுத்த ஓராண்டு தமிழில் சினிமா கிடையாது மற்றும் சினிமா பற்றிய சமாசாரங்கள், செய்திகள் எதுவுமே பத்திரிகைகள், தொலைக்காட்சி, இணையம் உள்ளிட்ட ஊடகங்களில் கிடையாது என்று வைத்துக்கொள்வோம். உங்களுக்கு எப்படியிருக்கும்?

சினிமாவுக்கான பணத்தை மேலும் கூடுதாலாகப் புத்தகங்கள் வாங்கவும், நேரத்தை பார்க்காமல் விடுபட்ட சில நல்ல தமிழ்ப் படங்களை குறுந்தகட்டில் பார்க்கவும் செலவிடுவேன்.

11-ஆ) தமிழர்களுக்கு என்ன ஆகும் என்று நினைக்கிறீர்கள்?

தமிழ்நாட்டின் அனைத்து தனியார் தொலைக்காட்சிகளும், பிரபல வாரப்பத்திரிகைகளும் சில வலைப்பூக்களும் இழுத்து

மூடப்படும். 'இந்தியத் தொலைக்காட்சிகளில் முதல் முறையாக...' என்ற புகழ்மிக்க சொற்றொடர் மறக்கப்படும்.

திரையரங்குகளில் எம்.ஜி.ஆர்., சிவாஜி படங்களுக்கு முன்பதிவு நடக்கும். அடுத்த தமிழக முதல்வர்களின் எண்ணிக்கை சரியும். புதிதாக அறிமுகம் ஆகிறவர்களிடம் பேச விஷயமிருக்காது.

புதிய சிகையலங்காரங்கள் உற்பத்தியாகாது. கல்லூரி விழா கலை நிகழ்ச்சி?கள் களையிழக்கும். கார்ப்பரேட் கம்பெனிகளின் சைவ வகை வார இறுதிக் கொண்டாட்டங்கள் ஜாகை மாற்றுவார்கள். இளைஞர்கள், பெண்களைக் கவர சுயமாக யோசிக்க வேண்டியிருக்கும்.

அரிவாள் தயாரிப்புத் தொழில் சுணங்கும். சாதி அரசியல் வாதிகளுக்கு சினிமாவை அச்சுறுத்தவோ, எதிர்த்து அறிக்கை விடவோ காரணம் கிடைக்காது. இரவுக் காட்சி முடிந்து திரும்புபவர்களை வாடிக்கையாளர்களாகக் கொண்டிருக்கும் பாலியல் தொழிலாளிகள் வேறு மார்க்கம் பார்ப்பார்கள்.

பொதுவாக வன்முறையும் வல்லுறவும் குறையும். கலவரங்கள், சினிமா தவிர்த்த வேறு காரணங்கள் சொல்லி நிகழும். தீபாவளி, பொங்கல் போன்ற பண்டிகைகளின் பொருளாதாரம் குறையும். ரீமிக்ஸில் புண்ணாகும் காதுகள் பிழைக்கும்.

யாரை யார் வைத்திருக்கிறார் என்ற பொது அறிவு மங்கும். மக்களின் புன்னகையோ, கண்ணீரோ அதன் பயன்பாடு வீழும். ஷகீலா படங்களின் மவுசு பகற்பொழுதிலும் கூடும். தயாரிப்பாளர், விநியோகஸ்தர் தற்கொலைகள் குறையும்.

செல்பேசி ரிங் டோன், காலர் ட்யூன் வினோதங்கள் அகலும். இளம் கதாநாயகர்களைத் தேடி சென்னைக்கு ரயிலேறும் பதின்வயதுப் பெண்டிர் எண்ணிக்கை குறையும். நமது தேசிய அடையாளமான பஞ்ச் டயலாக்குகள் வழக்கொழியும்.

கிரேஸி மோகன், எஸ்.வி.சேகர் நாடகங்களும், சங்கீதக் கச்சேரிகளும், நாட்டிய அரங்கேற்றங்களும் முக்கியத்துவம் பெறும். வீட்டிலிருக்கும் பெண்களின் சீரியல் அழுகை மேலும் அதிகமாகும். கோயில்களில் மட்டும் பாலாபிஷேகம் நடக்கும். இது போன்ற சினிமா சார்ந்த தொடர் பதிவுகள் பெருகும்.

மதன், சுஹாசினி மழுப்பவேண்டிய அவசியமில்லை. வசனமெழுதும் எழுத்தாளர்கள் கதாநாயகன், இயக்குநர் புராணம் பாடுவது

நிற்கும். நடிகைகள் தவிர்த்து பெண் கவிஞர்களுக்குக் கோயில் கட்டுவார்கள். எழுத்தாளர்களுக்கு ரசிகர் மன்றங்கள் வைப்பார்கள் (இது மட்டும் நப்பாசை).

எல்லாவற்றுக்கும் மேலாக நேரடியாக சினிமாவை மட்டுமே நம்பி வாழும் சில ஆயிரம் தொழிலாளர்கள் வீட்டில் அடுத்த வேளை அடுப்பெரியாது.

பின்குறிப்பு:

பதினொன்றாவது கேள்விதான் மூலவர் - மற்றவை உற்சவ மூர்த்திகள்.

(15, நவம்பர் 2008)

2

துரோகத்தின் வீச்சம் (சுப்ரமணியபுரம்)

'இதய வயிற்றுள்
துக்கம் ஜெரித்துப்
பிறந்தது
வேதனை அமிர்தம்.'

இதுதான் 'சுப்ரமணியபுரம்.'

பிரமிளின் 'ரஸவாதம்' என்ற கவிதையின் இறுதிவரிகள் இவை. 1978-ம் ஆண்டு 'கொல்லிப்பாவை' இதழில் வெளியானது. கிட்டத்தட்ட இதே காலகட்டத்தில் மதுரை மாவட்டம், 'சுப்ரமணியபுரம்' என்கிற கிராமத்தில் நிகழும் குற்றங்களின் குருதிநதியில் ஒளிரும் துரோகமும் அதனால் அடியோடு திசைமாறும் ஐந்து நண்பர்களின் வாழ்க்கையும்தான் இத்திரைப்படத்தின் அடிநாதம்.

துரோகத்தின் வீச்சத்தை இத்தனை வீரியமாக இதுவரை யாரும் தமிழ்த் திரைப்படத்தில் பதிவுசெய்ததில்லை. ரத்தம் வழியும் காட்சிகள் அனைத்திலும் துரோகத்தின் குரூரம் கலையின் கலவையாகப் பீறிட்டுப் பளபளக்கிறது.

பாலாஜி சக்திவேலின் 'காதல்', அமீரின் 'பருத்திவீரன்', வசந்த பாலனின் 'வெயில்' ஆகிய படங்களுடன் தயக்கமின்றி சசிகுமாரின் இந்தப் படத்தையும் இணை வைக்கலாம்.

கதை?

முன்னாள் கவுன்சிலர் சோமு என்கிற பணக்கார அரசியல் வாதியின் மகளான துளசியை (ஸ்வாதி), தன் நண்பன் பரமனுடன் (சசிகுமார்) சேர்ந்து வட்டார அடிதடி செய்துகொண்டிருக்கும் அழகர் (ஜெய்) என்கிற ஏழை இளைஞன் காதலிக்கிறான். சில்லறை வேலைகளுக்கு அவர்களைப் பயன்படுத்திவந்த துளசியின் சிற்றப்பன் கனகு (சமுத்திரக்கனி), ஓர் அரசியல் கொலையில் அவர்களை பலிகடாவாக்குகிறான். கனகு தன் அண்ணன் மகளின் காதலை அறிய வரும்போது அவளையே பகடைக்காயாக்கி அழகரைக் கொல்கிறான்.

வெகுண்ட நண்பன் பரமன் கனகுவைக் கழுத்தறுக்கிறான் (துளசியையும் கொடூரமாகக் கொல்வதாகக் காட்சிவைத்து, பிறகு படத்தின் வெற்றி கருதி நீக்கியதாகக் கேள்விப்பட்டேன் - வைத்திருந்தால் நன்றாயிருந்திருக்கும் என்பது என் அபிப்ராயம்). துளசியின் தந்தை, பரமனை அவன் நண்பன் காசியை (கஞ்சாகருப்பு) வைத்தே கொல்கிறான். இதற்காக மற்றொரு நண்பன் டும்கூன் முப்பது வருடங்கள் கழித்து சிறைமீளும் காசியைக் கொல்வதோடு நிறைவடைகிறது கதை.

கதை முக்கியமில்லை.

அதன் ஒவ்வொரு கட்டத்திலும் உயிரை வாங்குமளவு வெறித்தன மாகத் தெறிக்கும் துரோகம்தான் பிரதானம். பழக்கம் என்ற ஒரே காரணத்துக்காக கொலைகூட செய்யும் மனிதர்கள் வாழும் அதே ஊரில்தான் காதல், நட்பு போன்ற பரிசுத்தங்கள் மறந்து துரோகம் செய்யும் மனிதர்களும் வாழ்கிறார்கள் என்பதுதான் 'சுப்ரமணியபுரம்' படத்தின் சாராம்சம்.

இயக்குநர், இசையமைப்பாளர், ஒளிப்பதிவாளர், பிற தொழில்நுட்பக் கலைஞர்கள், நடிகர்கள் என அனைவருமே புதுமுகங்கள். நமக்குத் தெரிந்த ஒரே முகம் கஞ்சா கருப்பு. இதுபோன்றதொரு கதைக்கு இப்படிப்பட்ட தேர்வுதான் சரியானது (மற்ற உதாரணங்கள்: 'காதல்', 'விருமாண்டி'). சசிகுமார், ஜெய், சமுத்திரக்கனி, கஞ்சா கருப்பு... என எல்லோருமே மிக மிக இயல்பாக மிகையின்றி வெளிப்படுகின்றனர்.

கதாநாயகி ஸ்வாதி அழகாகச் சிரிக்கிறார்; அழகாகப் பார்க்கிறார்; அழகாக இருக்கிறார். நடிப்பில் மட்டும் கொஞ்சமாகக்

கஞ்சத்தனம். மற்றபடி தமிழ் சினிமாவில் ஜெயிக்க இந்த உடம்பு தாங்காது. யுவன் ஷங்கர் ராஜா இசையமைத்திருக்க வேண்டிய படம். ஜேம்ஸ் வசந்தனும் குறைவைக்கவில்லை ('கண்கள் இரண்டால்...' பாடலில் அவரது இசையும், தாமரையின் வரிகளும், ஸ்வாதியின் கண்களும் போட்டிபோடுகின்றன).

குறிப்பிடத்தகுந்த மற்ற விஷயங்கள் ஒளிப்பதிவும் கலை இயக்கமும். கதிருக்கு இதுதான் முதல் படம் (ஆனால் சற்று பின்னர் ஒளிப்பதிவு செய்த 'கற்றது தமிழ்' படம் முன்பே வெளியாகிவிட்டது). அற்புதமான ஒளிக்கோர்வையாக வந்திருக்கிறது இப்படம். 'பருத்தி வீரன்'போல் இதிலும் கிராமம் நிஜமாகத் தெரிகிறது.

ரெம்போனின் கலை இயக்கமும் ஆடை அலங்காரமும் பக்கபலமாக நிற்கின்றன.

எல்லாவற்றையும் தூக்கி நிறுத்துவது சசிகுமாரின் திரைக்கதை. துல்லியமாகத் திட்டமிடப்பட்ட காட்சி நுட்பங்கள் ஆங்காங்கே தென்படுகின்றன (கனகுவின் வீட்டுப் பெண்கள் கோபப்படும் காட்சி, காசி திருட முயற்சித்து மாட்டிக்கொள்ளும் இடம்... எனப் பல உதாரணங்கள் சொல்லலாம்). ஆனாலும், ஆங்காங்கே பிற பழைய படங்களின் ('பிதாமகன்', 'வெயில்', 'பட்டியல்') நினைவு வராமலில்லை.

தமிழ்நாடுஎன்ற எருமைத்தோல் சுரணையுணர்வு தேசத்தில் இது போன்ற நிஜமான படைப்புகள் வருவதும் அவை ஜெயிப்பதும் சந்தோஷமான விஷயமே. ஏதோ ஒரு நல்வழி மாற்றம் மெதுவாக ரசனை தளத்தில் நிகழ்ந்து வருவதாகவே இதை எடுத்துக் கொள்கிறேன். ஆனால், வருடத்துக்கு ஒருமுறை மட்டுமே வரும் பருவமழைபோல குறைந்த எண்ணிக்கையில் இவை உருவாக்கப் படுவதுதான் சோகம்.

ஒவ்வொரு ஊருமே 'சுப்ரமணியபுரம்'தான். பேருந்து வழித்தடத்தில் முதல் நிறுத்தத்தில் ஏறி, கடைசி நிறுத்தத்தில் இறங்கும் பயணிபோல் அனைத்தையும் கவனித்தபடி மௌனித்து நிற்கின்றன நீளும் காலமும் 'சுப்ரமணியபுரமும்.'

யோசித்துப் பார்த்தால் பல்லாயிரம் ஆண்டுகளாக நம்முள் உறைந்திருக்கும் துரோக குணத்தின் வாக்குமூலமே 'சுப்ரமணியபுரம்' படமும் அதன் மாபெரும் வெற்றியும்.

(24, அக்டோபர் 2008)

3

கபடி கபடி கபடி (வெண்ணிலா கபடிக் குழு)

மாண்புமிகு கே.என்.நேருவின் போக்குவரத்துத் துறை அமைச்சகத்தின் கீழ் வரும் தமிழ்நாடு அரசு போக்குவரத்துக் கழகத்தின் 'சுந்தரா டிராவல்ஸ்'ரகப் பேருந்தில் ஈரோட்டிலிருந்து பெங்களூர் வரை மேற்கொண்ட குளிர் மிகுந்த ஓர் இரவுப் பயணத்தினூடாக திருட்டு விசிடியில் பார்த்தபோதிலும், அடிப்படையில் ஒரு தேர்ந்த திரைக்கதையை ஆதாரமாகக்கொண்டது என்கிற வகையில் எனக்கு மிகப் பிடித்திருந்தது 'வெண்ணிலா கபடிக் குழு.'

ஒரு தலித்தை நிஜமான நாயகனாக முன்னிறுத்தியிருக்கும் வகையில் இப்படம் எனக்கு மிக முக்கியமானதாகத் தோன்றுகிறது. கபடி என்கிற விளையாட்டை காவியப்படுத்த முயற்சி செய்யாமல் அதன் பின்னணியில் சொல்லியிருக்கும் கிராமத்து இளைஞர்களின் வாழ்க்கை அதைவிட முக்கியமானது. அப்புறம் படத்தில் காட்டப்பட்டிருக்கும் திருவிழாக் காதலும் அதன் முடிவும் அத்தனை நிஜமாக இருக்கிறது. தமிழ் சினிமாவின் நல்வரவு இது.

மாரிமுத்து என்கிற இளைஞனின் வாழ்க்கையின் சில இறுதி மாதங்களே இந்த அற்புதமான படத்தின் திரைக்கதையாக மாறியிருக்கிறது. கிராமத்து திருவிழாக்களில் நடக்கும் உரியடித்தல், ஸ்லோ சைக்கிள் ரேஸ் போன்ற போட்டிகள் நன்றாகப் பதிவுசெய்யப்பட்டிருக்கின்றன. 'சென்னை - 600028'

படம் கிரிக்கெட்டைப் பற்றிச் சொல்லியிருக்கும் அதே விஷயத்தை 'வெண்ணிலா கபடிக் குழு' கபடியைப் பற்றிச் சொல்லியிருக்கிறது.

உச்ச காட்சியில் கதாநாயகன் செத்துப்போவதுபோல் எடுக்கப் பட்டிருப்பது தேவையின்றி வலியப் புகுத்தப்பட்டிருப்பதாகத் தோன்றுவதாக என் நண்பர்கள் பலர் சொல்லியிருந்தபோதிலும் எனக்கு அது இந்தப் படத்துக்கு மிகப் பொருத்தமான முடிவாகவே பட்டது. அதுவே படத்தில் சொல்லப்பட்ட காதலின் யதார்த்த முடிவுக்கு நீதி செய்யக்கூடியதாக இருக்கிறது. மாறாக மாரிமுத்து பிழைத்து, காதலியை அடைந்திருந்தால், இது சாதாரணப் படமே.

திரைக்கதைக்கு அடுத்து என்னை மிகக் கவர்ந்தது இதில் நடித்தவர்களின் இயல்பான நடிப்பு. முக்கியமாக மாரிமுத்துவாக வரும் விஷ்ணுவின் நடிப்பு. அத்தனை நிஜமாக ஆனால், ரசிக்கத் தகுந்ததாக இருக்கிறது. கபடி பயிற்சியாளராக வரும் கிஷோர் முதல் சிறு பாத்திரமேற்றிருப்பவர்வரை பின்னியெடுக்கிறார்கள். ஆச்சரியமாக சரண்யா மோகன் உட்பட. அதுவே பார்க்க நிறைவாக இருக்கிறது.

லக்ஷ்மண் குமாரின் ஒளிப்பதிவில் கபடிக் காட்சிகள் தீவிரமாக அமைந்திருக்கின்றன. பாஸ்கர் சக்தியின் வசனங்கள் கச்சிதமாகப் பார்த்துச் செருகப்பட்டிருக்கின்றன. 'லேசா பறக்குது மனசு...' என்கிற பாடலில் மட்டும் செல்வகணேஷ் இசையமைப்பாளர் யார் எனப் பெயர் தேடவைக்கிறார். இதுபோன்ற சிறிய முதலீட்டுத் திரைப்படங்கள் தொழில்நுட்பரீதியாக சிறப்பான வகையில் உருவாவது ஆச்சர்யமாகவும் சந்தோஷமாகவும் இருக்கிறது.

தமிழ் சினிமாவின் நம்பிக்கைக்குரிய இளம் இயக்குநர்களில் மிக முக்கியமானவராகத் தெரிகிறார் சுசீந்திரன்.

(04, ஜூலை 2009)

4

ஏழாம் உலகம்
(நான் கடவுள்)

'தசாவதார'த்துக்குப் பிறகு அதற்கு இணையாக நான் எதிர்பார்த்திருந்த படங்கள் இரண்டு... ஒன்று, 'ரோபோ.' மற்றது, 'நான் கடவுள்.' இரண்டு கதாநாயகர்கள், மூன்று கதாநாயகிகள், நான்கு தயாரிப்பாளர்கள், ஐந்து வருடங்கள் மாறியதால் ஏற்பட்ட தல்ல அது... 'பாலா' என்ற ஒற்றைசொல்லுக்காக உண்டானது. காசி அகோரிகள், Cannibalism, அஹம் பிரம்மாஸ்மி போன்றவை, இன்ன பிற.

பதினான்கு ஆண்டுகளுக்கு முன்னர், ஜாதக தோஷத்தால், சிறுவனாக காசியில்விட்டுச் செல்லப்பட்ட ருத்ரனை (ஆர்யா) அவன் தந்தையும் தங்கையும் தேடி காசிக்கு வருவதில் தொடங்குகிறது படம். ஆசை, அச்சம், அருவருப்பு அறுத்த ஓர் அகோரியாக இருக்கும் ருத்ரன், குருவின் கட்டளைப்படி உறவுகளையும் அறுத்து மீண்டுவர தன் ஊருக்குத் திரும்புகிறான்.

அந்த ஊரில் ஊனமுற்றோரைவைத்து, பிச்சையெடுக்கும் தொழில் செய்யும் தாண்டவன், கண்ணில்லாமல் பாடிப் பிழைக்கும் அமிர்தவல்லியை (பூஜா) போலீஸ் உதவியுடன் பிச்சையெடுக்க இழுத்துவந்துவிடுகிறான். எவரும் புணர விரும்பா அகோர முகம்கொண்ட ஒருவனின் இச்சைக்கு இரையாகவிருந்த அவளை ருத்ரன் காப்பாற்றினானா என்பது மீதிக்கதை.

படத்தின் அடிநாதம் பிச்சைக்காரர்கள் தொடர்பான காட்சிகளே. ஜெயமோகன் 'நான் 'ஏழாம் உலகம்' நாவலில் மிதமாகச் சொல்லியிருந்ததை பாலா 'நான் கடவுள்' படத்தில் மிக உக்கிரமாகக் காட்டியிருக்கிறார்' என்று ஒரு பேட்டியில் சொன்னதைவைத்து அந்தக் காட்சிகள் குறித்து மிக எதிர்பார்த்துச் சென்றதில், ஏமாற்றமே மிஞ்சியது ('ஏழாம் உலகம்' படித்தவர்களுக்கு இது புரியும்).

இந்திய சினிமாவுக்கே இது போன்றதொரு களம் புதிது. பிச்சைக்காரர்களை இவ்வளவு நிஜமாக, நுட்பமாகக் காட்ட மணிரத்னம் உட்பட எந்த ஒரு சிறந்த இயக்குநராலும் முடிந்திருக்குமா என்பது சந்தேகமே (இதை நன்கு யோசித்தே எழுதுகிறேன்). அக்காட்சிகளின் ஒளிப்பதிவும், பின்னணி இசையும் தமிழ் சினிமாவில் ஓர் உச்சம் எனத் தயக்கமின்றி சொல்லலாம்.

ஆனாலும் பாலா போன்ற ஓர் இயக்குநரிடம் இந்தக் காட்சிகளில் நான் இன்னும் நிறைய எதிர்பார்த்திருந்தேன். ஜெயமோகன் குறிப்பிட்ட அந்த உக்கிரம் இந்தக் காட்சிகளில் நிகழவேயில்லை.

உதாரணமாக 'ஏழாம் உலகம்' நாவலில் ஒரு பிச்சைக்காரன் தன் சீழ்வடியும் புண்ணை நோண்டி ஒளித்துவைத்திருக்கும் நாணயத்தை எடுப்பான் - அது போன்றவற்றைச் சொல்கிறேன்.

அடுத்து முக்கியமானது படத்தின் முதன்மைப் பாத்திரப் படைப்பு. காசியில் கங்கை நதியோரமாக இருக்கும் சுடுகாட்டில் சாம்பலைப் பூசிக்கொண்டு, தலைகீழாக நின்றுகொண்டு அல்லது பிணங்களின் மேல் அமர்ந்துகொண்டு தவம்செய்யும், இறந்தவர்களுக்கு பிறப்பறுக்கும் சக்தி இருப்பதாக நம்பப்படும், தன்னைத் தானே கடவுள் என அழைத்துக்கொள்ளும் ஓர் அகோரி.

அடர்த்தியான தாடியும், செம்பட்டை முடியும், ரத்தச் சிவப்புக் கண்களும்கொண்ட ருத்ரன் கஞ்சா பிடிக்கத் தொடங்கும் முன்னர் 'ஜெய்... பூதநாத்' என்று கத்துகிறான்; அடிப்பதற்கு முன் ஒரு சமஸ்கிருத மந்திரம் சொல்கிறான்; 'தூமைனா என்னன்னு தெரியுமா?' என்று தன் தாயைக் கேட்கிறான்; அடிக்கடி 'நான் கடவுள்' என்பதை வெவ்வேறு வார்த்தைகளில் சொல்கிறான்.

கடைசியாக முக்கியமானது அகோரிகளின் பிணம் தின்னும் பழக்கம். அது படத்தில் வருகிறதா என்றால், 'ஆம்-இல்லை' எனலாம். இறந்தவர்களை ருத்ரன் என்ன செய்கிறான் என்பதைக் காட்டாமல்விடுவதாலேயே அவர்களைத் தின்றுவிடுகிறான் என்கிற சித்திரத்தை ஏற்படுத்த முயல்வதாகத் தெரிகிறது. தவிர

படம் முழுக்க ருத்ரன் கஞ்சா தவிர வேறு எதுவுமே உண்பதில்லை.

ஆர்யாவுக்கும், பூஜாவுக்கும் 'பிதாமகன்' விக்ரம்போலவோ, 'பருத்தி வீரன்' பிரியாமணிபோலவோ நடிக்க அவ்வளவு வாய்ப்பில்லை. ஆனாலும் ஆர்யா நடிக்கும் காட்சிகள் யாவும் மிகத் தீவிரமாகவே அமைந்திருக்கின்றன. பூஜாவும் கொடுத்த வேலையைக் குறைவின்றி செய்திருக்கிறார். மற்றபடி அவர்கள் பேட்டிகளில் சொல்வதுபோல் நடிப்புக்கு தேசிய விருதெல்லாம் கிடைக்காது.

கவிஞர் விக்கிரமாதித்யன் இதில் ஒரு பிச்சைக்காரனாக நடித்திருக்கிறார். அறிமுக மொட்டை வில்லன் தேர்ந்த நடிப்பை வெளிப்படுத்தியிருக்கிறார். மற்றபடி படம் முழுக்க உடல் ஊனமுற்றோர், மனநலம் குன்றியவர்கள் ராஜ்ஜியம்தான்; உடன் ஒரு திருநங்கையும். மணிரத்னம் ஏன் தன்னை பாலாவின் ரசிகன் என்று சொல்கிறார் என்பது மிகச் சுலபமாகப் புரிகிறது.

பாலா ஒரு மிகத் திறமையான இயக்குநர் என்பதில் எவ்விதச் சந்தேகமும் இல்லை. 'நான் கடவு'ளும்அதை உறுதிப்படுத்தி யிருக்கிறது. ஆனால், அவர் தன்னுடைய திறமையை அடாசு திரைக்கதைகளுக்கு வீணடிக்கிறார் என்பதே பிரச்சனை. இதன் அடிப்படைத் திரைக்கதையும் முதன்மைப் பாத்திரப் படைப்பும் அவரது முந்தைய படமான 'பிதாமக'னின் பிரதிகளே.

அவருக்குப் பின்னரும், அவரைப் பின்பற்றியும் வந்த சேரன், அமீர், பாலாஜி சக்திவேல், சசிகுமார், ராம், வசந்த பாலன், சசி போன்றோரெல்லாம் நிஜ வாழ்வின் யதார்த்தக் கதைகளை நேர்த்தியான திரைக்கதையின் வாயிலாகச் சொல்லி?, தமிழ் சினிமாவை உலகத்தரம் என்கிற இராஜபாட்டையில் அழைத்துச் செல்கையில், அதை பலவந்தமாக ஐந்து வருடங்கள் பின்னுக்கு இழுத்திருக்கிறார் பாலா.

சில அநாவசிய நீளக் காட்சிகள் கொட்டாவி வரவழைக்கின்றன (உதாரணம்: போலீஸ் ஸ்டேஷனில் கூத்தாடிகள் எம்.ஜி.ஆர்,, சிவாஜி, ரஜினிபோல் நடித்துக் காட்டுவது, எதற்கெடுத்தாலும் அமிர்தவல்லி பழைய சினிமாப் பாடல்களைப் பாடுவது) ஜெயமோகனின் வசனங்கள் காட்சிகளுக்கு மிக்க பக்கபலமாக அமைந்திருக்கின்றன - குறிப்பாக, பிச்சைக்காரர்கள் பேசும் வசனங்கள் ('கடவுள் புளுத்தறான்... தேவிடியா மகன்' என்பது உச்சம்).

''ஏழாம் உலகம்'தான் 'நான் கடவுளா?' என்றால், இல்லை. 'ஏழாம் உலக'த்தில் காட்டப்பட்ட பாத்திரங்கள் இதில் பின்புலமாகக் கையாளாப்பட்டுள்ளன. அவ்வளவே. 'ஏழாம் உலக'த்தில் கடவுள் நுழைவதுதான் 'நான் கடவுள்' என்பேன். மற்றபடி மாங்காண்டி சாமி (பெயர் மட்டும்), உருப்படிகளின் விவரணை, நிறைய வசனங்கள், சில காட்சிகள் போன்றவை 'ஏழாம் உலக'த்தின் எச்சங்கள்.

இளையராஜா பின்னணி இசையில் கோட்டை கட்டியிருக்கிறார். ஆர்த்தர் ஏ. வில்சன் ஒளிப்பதிவில் சில காட்சிகளில் புதிய உயரங்களைத் தொட்டிருக்கிறார். படம் நெடுக கிருஷ்ணமூர்த்தியின் கலை அள்ளித் தெளிக்கப்பட்டிருக்கிறது.

இயக்கம், பின்னணி இசை, ஒளிப்பதிவு, கலை இயக்கம், வசனம் போன்றவை மிக மிக அற்புதமாக அமைந்திருந்தாலும், திரைக்கதையின் பலவீனம் காரணமாகப் படம் தன் தரத்தைக் குறைத்துக்கொள்கிறது. ஆனாலும் பாலா தவிர வேறு யாராலும் இந்த உலகத்துக்குள் நுழைந்திருக்கவே முடியாது என்பதாலேயே எல்லாவற்றையும் எவ்விதக் கேள்வியுமின்றி மன்னிக்கலாம்.

மற்றபடி, பாலா எய்தத் தவறிய உச்சம் 'நான்கடவுள்.'

(07, பிப்ரவரி 2009)

5

பாண்டிராஜுக்குக் கடிதம் (பசங்க)

சாரு முதல் ஞாநிவரை சிந்தனைத் தளத்திலிருக்கும் அனைத்துத் தரப்பினரும், இன்றைக்கு சாத்தியமாகியிருக்கும் அத்தனை ஊடகங்கள் வழியாகவும், பல்வேறு காரணங்களைக் கொண்டு 'பசங்க' படத்தைப் சிலாகித்துத் தள்ளிவிட்டார்கள். தன் கன்னி முயற்சிக்கு பாராட்டுகளையே உள்வாங்கிக் களைத்திருப்பார் பாண்டிராஜ்.

ஒன்றை உடைத்துச் சொல்லிவிடுகிறேன். படம் எனக்குப் பிடிக்கவில்லை.

யோசித்துப் பாருங்கள்... இது ஒரு மசாலாப் படத்திலிருந்து எவ்வாறு மேலானதென. 'பசங்க' யதார்த்த முலாம் பூசப்பட்ட ஒரு சாதாரண மசாலாப் படமே. ஒரே வித்தியாசம், இதன் கதாபாத்திரங்களான 'பசங்க' - அதாவது சிறுவர்கள். ஆனால், துரதிர்ஷ்டவசமாக மசாலாப் படங்களின் ஆதார குணாதிசயமான சுவாரசியம் என்பதையும் இழந்து நிராயுதபாணியாக நிற்கிறது படம்.

அந்தக் காலத்தில் விஜய் நடித்த 'துள்ளாத மனமும் துள்ளும்' என்கிற படத்தின் க்ளைமாக்ஸ் குப்பையைவிட எந்தவிதத்திலும் உயர்ந்ததல்ல இந்தப் படத்தின் உச்ச நிகழ்வாக வரும் மருத்துவமனைக் காட்சி. அப்புறம் ஓட்டப்பந்தயத்தில் ஓடும்

சிறுவனை உற்சாகப்படுத்த, குடும்பமே கூட ஓடும் காட்சி. சன் டி.வி ப்ரைம் டைமில் வரும் ஆயிரம் எபிஸோட் அழுவாச்சி சீரியல்களுக்கு ஈடானது அது.

இதையெல்லாம்விடக் கொடுமையானது, தேசிய கீதத்தைப் பாடவிட்டு பள்ளி மாணவர்களின் சண்டையை நிறுத்தும் காட்சி (தியேட்டரிலேயே அந்தக் காட்சிக்கு சிலர் எழுந்து நின்று விட்டார்கள்). கிராமத்துப் பள்ளிக்கூடங்களில் தேசிய கீதம் பாடப் படும் தருணங்களை கவனித்ததே இல்லையா? இன்னும் எத்தனை வருடங்களுக்கு இப்படி செயற்கைத்தனமாகபடமெடுப்பதாக உத்தேசம்?

படம் நெடுக சிறுவர்கள் சினிமா நடிகர்களை, காட்சிகளைப் பிரதியெடுக்கிறார்கள். அந்தக் காட்சிகளை, சினிமா எந்த அளவுக்கு சிறார்கள் மனதில், செயல்களில் ஆதிக்கம் செலுத்து கிறது என்று காட்டுவதற்காக வைத்திருக்கிறார்களா அல்லது 'அசத்தப் போவது யாரு', 'லொள்ளு சபா' ரேஞ்சிலான நகைச்சுவைக் காட்சிகளாக வைத்திருக்கிறார்களா எனச் சரியாக விளங்கவில்லை. எப்படியிருப்பினும், அது ஓவர்டோஸ்.

படத்தின் மைய அச்சாக வரும் ஜீவா நித்யானந்தத்தின் கதாபாத்திரமே மகா அபத்தம். பக்குவப்பட்ட ஓர் ஆசிரியரின் மகனானபன்னிரண்டு வயது சிறுவனுக்கு இவ்வளவு வில்லத்தனம் ஆகாது. அப்புறம் படத்தின் பெயருக்கேற்றாற் போல் இது 'பசங்க'ளின் சித்தரிப்பு மட்டுமே. அதாவது சிறுவர் களின் உலகம். மனோன்மணி போன்றசிறுமிகள் தொடுப்புகளாக மட்டும் பயன்படுத்தப்பட்டிருக்கிறார்கள்.

மசாலாப் படங்களில் தவறு நிகழ்ந்தால்கூட மீண்டும் யாராவது தயாரிப்பாளர் வாய்ப்பு தருவார். ஆனால், மாற்று சினிமாவை முயற்சிக்கஷங்கர், பிரகாஷ்ராஜ், சசிகுமார் போன்ற சில தயாரிப்பாளர்களே இருக்கிறார்கள். இதில் கிடைத்த வாய்ப்பைத் தவறவிடுவது மகா பாவம். பாலாஜி சக்திவேலின் 'கல்லூரி' படம் பார்த்தபோதும் இதே உணர்வே ஏற்பட்டது. அதனாலேயே காட்டம் ஜாஸ்தி.

சில முக்கிய விஷயங்களை இந்தப் படம் பதிவுசெய்திருப்பதை மறுப்பதற்கில்லை. குழந்தைகளின் சிறு சிறு செயல்களின் வழி அவர்களின் உலகத்தை நுட்பமாக சித்தரித்திருக்கும் சில விதிவிலக்கான காட்சிகளை உதாரணமாகச் சொல்லலாம்.

‘பயப்படலையே, பயப்படலையே’, ‘எனக்கு அருவாக்குண்டின்னு எங்கம்மா சொன்னாங்கடா’, ‘போதும் பொண்ணு’ பெயர் விளக்கம் etc etc.

கீழ்க்காணும் விஷயங்களுக்காக இந்தப் படத்தின் குறைகள் யாவும் மன்னிக்கப் படுகின்றன. 1.குழந்தைகளை நுட்பமாகச் சித்தரிக்கும் சில காட்சிகள் 2. சோபிக்கண்ணு - மீனாட்சியின் ஆரம்பக் காதல் காட்சிகள் 3. கீழ் நடுத்தர வர்க்க குடும்பத்தின் கணவன் மனைவி சண்டையும் அதனால் பாதிக்கப்படும் குழந்தை களின் மனநிலையையும் காட்டியிருப்பது 4. ரசிக்கவைக்கும் சில வசனங்கள் 5. தேர்ந்த நடிப்பு மற்றும் பாண்டிராஜின் இயக்கம்.

திரைக்கதையில் கோட்டைவிட்ட போதிலும் ஓர் இயக்குநராக பாண்டிராஜ் ஜெயித்திருக்கிறார் என்பதில் மாற்றுக் கருத்து இல்லை. அதனால்தான் மெனக்கெட்டு இவ்வளவு விஷயங்கள் இந்தப் படத்தைப் பற்றி எழுதிக்கொண்டிருக்கிறேன். ‘அழகி’, ‘ஆட்டோகிராஃப்’, ‘காதல்’, ‘பருத்தி வீரன்’, ‘சுப்ரமணியபுரம்’, ‘பூ’ போன்ற படங்களைப் பாண்டிராஜ் பார்த்தால் எங்கே தப்பு செய்திருக்கிறார் எனப் புரியவரலாம். அடுத்த படத்தில் பார்க்கலாம்.

(21, ஜூன் 2009)

6

உடன்போக்கு உதவிகள் (நாடோடிகள்)

ஓடிப் போவோர்
முதலில் செய்கிற காரியம்
உள்ளம் திகட்ட
உயிர் அதிரப் புணர்வதுதான்.

- மகுடசுவரன் ('காமக்கடும்புனல்' கவிதைத் தொகுப்பு)

•

'**நா**டோடிகள்'... முதலில் ஒன்றைத் தெளிவுபடுத்திக் கொள்வோம். தமிழ் சினிமாவின் வழக்கமான, ஆனால் யதார்த்தத்தின் தீற்றுகள் ஆங்காங்கே தடவிய - வணிகப் படம் என்கிற அளவிலேயே இந்தப் படத்தை என்னால் அணுக முடிகிறது. மற்றபடி தமிழ் சினிமா மைல்கற்களான 'சுப்ரமணியபுரம்', 'பருத்தி வீரன்', 'காதல்' போன்றவற்றோடு ஒப்பிடவெல்லாம் படத்தில் ஏதுமில்லை.

நண்பனையும் (அல்லது நண்பனின் நண்பனையும் அல்லது நண்பனின் நண்பனின் நண்பனையும் அல்லது an exponential replica of above-said), அவன் காதலியையும் சேர்த்துவைக்க, எல்லா எதிர்ப்புகளையும் மீறி, சொந்தக் கவலைகளை ஒதுக்கி, எந்தபரதேசத்துக்கும் பயணிக்கத் தயாராயிருக்கும் நாடோடிகள் வாழ்க்கையின் ஒரு எபிஸோட் என்பதாக கதை சொல்லப்படுகிறது.

ஓடிப்போகும் காதலர்களின் பிரச்சனையை ‘காதல்’ பேசுகிற தென்றால், ஓடிப்போக உதவும் நண்பர்களின் பிரச்சனையை ‘நாடோடிகள்’ பேசுகிறது. ஆனால், கொஞ்சம் தெளிவில்லாமல் பேசுகிறது. படத்தின் ஆதார சுருதியாக முன்வைக்கப்படும் காதலுக்கு உதவும் நட்பு என்கிறசங்கதியை விலக்கிவிட்டுப் பார்த்தால் இதில் சில சுவாரசியமான விஷயங்கள் காணக் கிடைக்கின்றன.

Interval எனப்படும் இடைவேளை என்பது, படத்தின் logical break அல்ல என்பது புரியாதபாமர விமர்சகர்கள் (மன்னிக்கவும். பாரம்பர்ய விமர்சகர்கள் என்றிருக்க வேண்டும். இருந்தாலும் பரவாயில்லை - எழுத்துப்பிழை மட்டுமே; பொருட்பிழை ஏதுமில்லை) முன்பாதி, பின்பாதி என்பதாகப் பிரித்துச் சொல்லும் பாணியைப் படித்தால், கேட்டால் எனக்கு குமட்டிக்கொண்டு வரும்.

ஆனால், இந்தப் படத்தைப் பொறுத்தவரை எனக்கே வேறு வழியில்லை.

நட்புக்காக முன்பாதியில் காதலர்களைச் சேர்த்து வைக்கும்வரை வேகமெடுக்கும் திரைக்கதை, அதன் காரணமாக பின்பாதியில் அவர்கள் வாழ்க்கை தடம் புரள்வதில் தேக்கமடைந்து தடுமாறுகிறது. அதுவும் க்ளைமாக்ஸ் ‘சொத்தை’ என்று ஒரே வார்த்தையில் சொல்லிவிடலாம். இயக்குநர் என்ன சொல்ல வருகிறார் என்பது அவருக்கேனும் புரிந்திருந்தால் மகிழ்ச்சியே.

சசிகுமார், பரணி இருவரின் நடிப்பும் அபாரம். அப்புறம் அநன்யா. அவரின் உடல் மொழியும் முகபாவனைகளும் அடடா! (அது போன்ற பெண்களிடம் நீங்கள் பழகியதில்லை என்றால் உங்களுக்கு அது செயற்கையாகத் தோன்றலாம் அல்லது பிடிக்காமல் போகலாம். மற்றபடி அவர்களைப் பற்றி சில நூறாயிரம் பக்கங்களில் நேரிசை வெண்பாவில் ஒரு சிறு காவியம் எழுதலாம்).

விஜய்யை அபிநயா முத்தமிட்டு விலகும் காட்சி திரை இயக்கத்தின் ஓர் உச்சம். சமீபகாலங்களில் எந்த சினிமா காட்சியிலும் நான் இப்படி ரசித்துச் சிரித்ததில்லை. கிணற்றில் தற்கொலைக்கு முயல்பவனை காப்பாற்றும் காட்சி ஓர் அற்புதமான பதிவு. அப்புறம் படத்தில் வரும் அப்பாக்களின் பாத்திரப் படைப்பு குறிப்பிடத்தக்கது.

‘சம்போ சிவ சம்போ...’ தவிர பிற பாடல்கள் நேர விரயம் - சுந்தர் C. பாபுவுக்கும் நமக்கும். ஒளிப்பதிவில் வழக்கமான S.R.கதிர் தெரியவில்லை. ‘சென்னை-600028’ முதல் ‘பசங்க’வரை சமீபகாலங்களில் பல படங்களில் காட்சிகளுக்குப் பழைய பாடல் களைப் பயன்படுத்தும் டெக்னிக் நிறைய பார்த்தாகிவிட்டது. அதை விட்டொழியுங்கள். படம் கூடுதலாக ஓட வாய்ப்பிருக்கிறது.

இயக்குநர் சொல்ல வந்தது அதுவல்லஎன்றபோதிலும், நண்பனின் காதலை சேர்த்துவைக்கப் போராடும் முட்டாள் ஆசாமிகளுக்கான பாடமாகவே நான் இந்தப் படத்தை எடுத்துக்கொள்கிறேன். சமுத்திரக்கனி, ரிட்டயர்டு தில்லி ராணுவ மேஜரின் டூ வீலர் பதிவெண் DL என்றிருப்பதுவரை கவனமெடுத்திருக்கும் நீங்கள் இன்னமும் தெளிவாக அல்லது சுவாரசியமாகப் படமெடுத்திருக் கலாம்.

(04, ஜூலை 2009)

7

ராசிபலன்கள் (What's Your Raashee?)

ஆஷுதோஷ் கோவாரிகரின் மூன்றரை மணி நேரப் படமான What's Your Rashee? நேற்று பார்த்தேன். அமெரிக்க என்.ஆர்.ஐ இளைஞன், தன் குடும்பத்தின் நிதி நெருக்கடி காரணமாக, குறுகிய காலத்துக்குள் (இருபது நாள்கள்!) திருமணம் செய்யத் தீர்மானித்து, பன்னிரண்டு ராசிகளிலிருந்தும் ஒவ்வொரு பெண்ணைப் பார்த்து இறுதியில் யாரைத் தேர்ந்தெடுக்கிறான் என்பது கதை.

திரைக்கதை அவ்வளவு திறமையானதென்று சொல்ல இயலாது. Madhu Rye என்பவர் எழுதிய *Kimball Ravenswood* என்ற குஜராத்தி நாவலின் தழுவல் என்று டைட்டில் கார்டிலேயே போட்டு விடுகிறார்கள். 1989-ம் ஆண்டில் இதே கதையுடன் தூர்தர்ஷனில் ஒரு சீரியல் வந்தது என்று விக்கிபீடியா சொல்கிறது. வசனங்கள் இந்தி சரியாகப் புரியாத எனக்கே ஆங்காங்கே புன்னகை வரவழைத்தன.

அஞ்சலி (மேஷம்) அப்பாவித்தனம். சஞ்சனா (கும்பம்) சந்தர்ப்பவாதம். காஜல் (மிதுனம்) நவநாகரீகம். ஹன்ஸா (கடகம்) நேர்மை. சந்திரிகா (மீனம்) பழைமைவாதம். ரஜ்னி (துலாம்) வியாபாரம். மல்லிகா (சிம்மம்) முன்கோபம். நந்தினி (விருச்சிகம்) தன்னம்பிக்கை. பூஜா (கன்னி) சேவை. விஷாகா (ரிஷபம்) முதிர்ச்சியின்மை. பாவ்னா (தனுசு) மூட நம்பிக்கை. ஜங்கனா (மகரம்) குழந்தைத்தனம். இதுதான் WYR முன்வைக்கும் அரசியல்.

ப்ரியங்கா சோப்ரா மிக மிக அற்புதமாக நடித்திருக்கிறார். பன்னிரண்டு கதாபாத்திரங்களுக்கும் வெவ்வேறுவிதமான உடல் மொழி மற்றும் முக பாவனைகள் காட்டி பிரமிக்கவைத்திருக் கிறார். இத்தனைக்கும் மேக்கப் பிரயத்தனங்கள்கூட அதிகமில்லை; காஸ்ட்யூம் டிஸைன் மற்றும் கதாபாத்திர ஆக்கத்திலேயே சாதித்து விட்டனர். Well done!

படத்துக்குப் படம் ப்ரியங்காவின் நடிப்பு கிராஃப் எகிறிக் கொண்டே போகிறது. முதலில் Fashion, அப்புறம் Kaminey, இப்போது WYR. தயவுசெய்து தேசிய விருது கொடுத்துக் கெடுத்து விடாதீர்கள். நடிப்பைப்போல் அவரது அழகும் வடிவமும்கூட கூடிக்கொண்டே போவதாகத் தோன்றுகிறது (என் மனைவியிடம் சொன்னால் 'delusion' என்று சொல்கிறாள்).

என்னுடன் படத்துக்கு வந்த அலுவலக நண்பர் ‘உங்க கமல் ஹாசனை இவகிட்ட வாங்கி குடிக்க சொல்லுங்க’ என்றார். எனக்கு ஒப்புதலில்லை. இந்தியாவின் தற்போதைய சிறந்த நடிகை யாரென்று கேட்டால், யோசிக்காமல் ப்ரியங்காவைத்தான் கை காட்டுவேன். அதே சமயம் சிறந்த நடிகன் என்றால் கமல் ஹாசனைத்தான் சொல்லுவேன். சந்தேகமேயில்லை.

ஹர்மன் பவேஜா. அவர்தான் கதாநாயகன் அல்லது கதையின் நாயகன். அழகாயிருக்கிறார்; ஆனால் ப்ரியங்காவுடன் ஈடுகொடுத்து நடிக்கவியலாமல் தடுமாறியிருக்கிறார். அதேபோல் தடுமாறி யிருக்கும் இன்னொரு விஷயம் பின்னணி இசை (மற்றும் பாடல்கள்). ஏ.ஆர்.ரஹ்மான் இருந்திருந்தால், ஒவ்வொரு ராசிக்கும் ஒவ்வொரு தீம் அமைத்திருப்பார்.

அது சரி, கடைசியில், எந்த ராசிக்காரி ஜெயிக்கிறாள்? என் மனைவியின் ராசிக்காரனான ஹர்மன் பவேஜா திருமணம் செய்யும் அந்த ப்ரியங்கா சோப்ராவின் ராசி சாட்சாத் என்னுடையது. What's Your Rashee? என்று கேட்கிறீர்களா? நீங்களே தியேட்டரில் போய் பார்த்துக்கொள்ளுங்கள்.

Ignore the stupid ibnlive.com review and watch it!

(02, அக்டோபர் 2009)

8

THE சோழன் ECSTASY
(ஆயிரத்தில் ஒருவன்)

'ஆயிரத்தில் ஒருவன்'. முப்பத்தியிரண்டு கோடிகளையும் மூன்றரை வருடங்களையும் விழுங்கிச் செரித்து வெளிவந்திருக்கும் செல்வராகவனின் மலம். மன்னிக்கவும்! - படம். இங்கே 'மலம்' என்கிற பதத்தை எதிர்மறையான பொருளை உணர்த்தும் பொருட்டு பிரயோகிக்கவில்லை. எந்தவொரு படைப்பாளியின் படைப்பை யும் அவனது சிந்தனையின் ஆகச்சிறந்த கழிவாகவே அதாவது மலமாகவே பார்க்கிறேன் (இந்த உவமை தொடர்பான தர்க்க விவாதங்களை நாம் பிறிதொரு சமயம் விரிவாகப் பேசுவோம்).

'முதற் பாதி நன்றாக இருக்கிறது; இரண்டாம் பாதி சுமார்தான்' என்று நிறையபேர் சொல்வதைக் கேட்க (அல்லது எழுதுவதைப் படிக்க) முடிகிறது. அவற்றிலெல்லாம் ஓர் அவசர அணுகலும், முதிர்ச்சியின்மையும் தெரிகின்றன. போலவே 'ஆயிரத்தில், லட்சத்தில், கோடியில் ஒரு படம்' என்று தூக்கிவைத்துக் கொண்டாடுபவர்களிடம் ஒருவித முன்முடிவும், கொஞ்சம் பயமும்தான் தெரிகிறது. 'செல்வராகவனே ஏதோ வித்தியாசமா செஞ்சிருக்காரு, நல்லா இருக்குன்னே சொல்லிவைப்போம். இல்லாட்டி புரியாதவன்னு ஒதுக்கிடுவாங்க' என்கிற பயத்தைத்தான் சொல்கிறேன்.

இந்த மாயைகளையெல்லாம் ஒதுக்கிவிட்டுப் பார்த்தால் 'ஆயிரத்தில் ஒருவன்' படத்தை ஒரு நல்ல படம் என்று சொல்வதை விட ஒரு நல்ல முயற்சி என்பேன்.

தமிழில் Indiana Jones வகை அட்வென்ச்சர் படங்களே மிகக் குறைவு ('திருடா திருடா', 'புதையல்' ஆகியவை தவிர, 'குரு சிஷ்யன்', 'மேட்டுக்குடி' போன்ற அமெச்சூர்களைக் கணக்கு சேர்த்தால்கூட எண்ணிக்கை ரொம்பக் கம்மிதான்). அடுத்து, The Da Vinci Code மாதிரி சரித்திர ரகசியங்களை ஆராயும் த்ரில்லர் தமிழில் இல்லையென்றே சொல்வேன். தமிழ் சினிமாவில் இவ்விரு தளங்களிலும் இருக்கும் வெற்றிடத்தை மிகச் சுலபமாக இந்தப் படம் ஆக்ரமிக்கிறது. அதுதான் இப்படத்தின் பிரதான வெற்றி.

தஞ்சையின் ஒரு குக்கிராமத்தில் நிகழும் பதின்மூன்றாம் நூற்றாண்டின் சரித்திர நிகழ்வைச் சித்தரிக்கும் தெருக்கூத்திலிருந்து மெள்ள மாறி அந்தச் சரித்திரம் நிஜமாக நிகழ்ந்த மூன்றாம் இராஜேந்திரசோழனின் 1279-ம் ஆண்டுக்கே பயணம் செய்யும் தொடக்கக் காட்சி முதல், படம் முழுக்க மிக மிக நுணுக்கமாகப் பல காட்சிகள் அற்புதமாக வடிவமைக்கப்பட்டிருக்கின்றன. அதற்கே செல்வராகவனைக் கட்டிப்பிடித்து தீர்க்கமாக ஒருமுறை கன்னத்தில் முத்தமிடலாம்.

ஆனால் அதேசமயம், ஒட்டுமொத்த திரைக்கதையின் மேலோட்ட மான தன்மையின் விளைவான பலவீனமான சில காட்சிகளின் ரூபத்தில் படத்தில் ஏற்பட்டிருக்கும் தொய்வுக்காக அவரைக் கன்னம் கன்னமாக (குறைந்தபட்சம் செல்லம் செல்லமாக) அறையவும் தோன்றுகிறது.

படத்திலிருக்கும் சில காட்சிகளை மறக்கவே முடியாது. 'பர்ஸிலேயே காண்டம் வைத்திருக்கிறேன் வர்றியா?' எனக் கேட்கும் கார்த்தியிடம், டேபிளின் அடியில் அவரது ஆண்குறியை நோக்கி பிஸ்டலை நீட்டி ரீமாசென் எச்சரிக்கிறார். கார்த்தியை நடுவே நிற்கவைத்துக்கொண்டு, நான்கெழுத்து வார்த்தைகள் நிரம்பிய மேட்டுக்குடி சாக்கடை ஆங்கிலத்தில் ஆண்ட்ரியாவும் ரீமாசென்னும் பரஸ்பரம் சரமாரியாகத் திட்டிக்கொள்கிறார்கள். குளிர் மிகுந்த இரவில் உடலை சூடேற்றிக்கொள்ள, கார்த்தியை ஆளுக்கொருபுறம் இறுக்கமாகக் கட்டிப்பிடித்தபடி ரீமாசென்னும் ஆண்ட்ரியாவும் படுத்துறங்குகிறார்கள். கைக்குழந்தையுடன் இருக்கும் தாய், சோழனிடம் பஞ்சத்தை உணர்த்த தன் முலையைப் பிதுக்கி ரத்தம் பீய்ச்சுகிறாள். சட்டியில் சிறுநீர் கழிக்கச்செய்தும்,

இடுப்பைச் சுற்றித் தடவிப் பார்த்தும் ரீமாசென்னின் கர்ப்ப சரித்திரத்தை/ கன்னித் தன்மையை சோழர்கள் ஆராய்கிறார்கள். ராணுவம், சோழன் மனைவியை நிர்வாணமாக்கி ஆடவைக்கிறது; அவன் மகளை இழுத்துச் சென்று கும்பலாக வன்புணர்கிறார்கள்.

தவிர, படத்தின் முடிவு கதை ஆரம்பித்த இடத்திற்கே செல்வது (அதாவது, சோழ இளவரசனை பாண்டியர்களிடமிருந்து காப்பாற்றி தப்பிக்கச்செய்வது), நடக்கப் போகும் எல்லா நிகழ்வுகளையும் முன்பே கணித்து, ஓவியங்களாக பாதளக்குகையின் சுவர்களில் தீட்டிவைத்திருப்பது (அவற்றுடன் சமகால நிகழ்வுகளை ஆங்காங்கே ஒப்பிட்டுக் காட்டுவது), சோழன் போன வழியில் தொடர்ந்து போன ஒரு பாண்டியத் தளபதி அவ்வழியில் இருக்கும் ஆபத்துகளை ஓர் ஓலைச்சுவடியில் எழுதிவைத்திருப்பது (அவற்றின் உதவியுடன்தான் ஆராய்ச்சியாளர்கள் குழு பயணிக்கிறது), முக்கால் வாசிதாம் புரிகிறது என்றாலும், பதின்மூன்றாம் நூற்றாண்டுத் தமிழ்பேசி, ரீமாசென் பார்த்திபனை வன்முறையாய் seduce செய்யும் காட்சிகள், பிறகு ஆங்காங்கே தென்படும் செல்வராகவன் branded black humor எல்லாமே அட்டகாசம்.

சோழ இளவரசன் போன பாதைகளில் திட்டமிட்டு ஏற்படுத்தப் பட்டிருப்பதாகச் சொல்லப்படும் ஏழு ஆபத்துகளில் நடராஜர் நிழல் விழும் புதைகுழி மட்டும் பிரமிப்பை ஏற்படுத்தும் நல்ல கற்பனை (கடல், காட்டுவாசிகள், காவலர்கள், பாம்புகள், பசி, கிராமம் ஆகியவை பிற). அதேபோல் சோழனின் பாதாள உலகில் காட்டப்படும் அதிசயங்கலெல்லாம் கட்டடக்கலை அற்புதங் களாகவும் (உதாரணம்: பார்த்திபன் ரீமாசென்னைத் தொடாமலே தூக்குவது), வேறு இயற்பியல் அதிசயங்களாகவுமே (உதாரணம்: கார்த்தி சிரச்சேதத்திலிருந்து உயிர்பிழைக்கும் காட்சி) எடுத்துக் கொள்கிறேன். இவற்றை மாய மந்திரங்கள் என செல்வராகவன் சொல்லவில்லை என உறுதியாக நம்புகிறேன்.

கடலில் துரத்தும் விசித்திர நீர்வாழ் உயிரினம் (அது என்ன ஜெல்லிஃபிஷ்ஷா?), Gladiator ஸ்டைல் அரங்கில் நடக்கும் பிரமாண்ட சண்டைக்காட்சி, '300' மாதிரியான நிறைய ரத்தம் அழகாகத் தெறிக்கும் யுத்த காட்சிகள், ஆராய்ச்சிக்குழுவைத் துரத்தும் பாம்புகள், கூடாரங்களின் மேல் எறியப்படும் தீப்பந்தங்கள், என ஆங்காங்கே Apocalypto, The Mummy, Troy மாதிரியான பல ஆங்கிலப் படங்களின் தூக்கலான வாசனையும் வீசாமலில்லை. ஆங்கிலப் படங்களின் காட்சிகளை அல்லது

மொத்த படத்தையேகூட அப்படியே காப்பியடிப்பது தமிழ் சினிமா பிராந்தியத்தில் சமீபத்தில் பெருகியிருக்கும் ஒருவிதமான நோய்க்கூறு.

தவிர, இரண்டாம் பாதியில் வரும் 'புலி'க்கொடி, தலைவனின் ஆளுமை, அந்த இனத்தின் வீரம், ராணுவத்தின்அட்டூழியம், ஓர் இனமே அழிக்கப்படுவது, இனத்தலைவன் பிணத்தை சாதாரணர் களுடன் ஒன்றாகப் பிணக் குவியல்களுடன் போடுவது என எல்லாமே நடந்து முடிந்த ஈழ யுத்தத்தை, அதன் உள்அரசியலை impersonate செய்வதாக இருக்கிறது. ஆனால், அவற்றில் வெளிப்படவேண்டிய கலைத் தன்மையில் ஏதோ ஒருவித வறட்சி நிலவுவதாகப்படுகிறது.

ஏற்கெனவே குறிப்பிட்டதைப்போல், திரைக்கதையில் ஆங்காங்கே பல்லிளித்துத் தென்படும் சிற்சில அபத்த ஓட்டைகளைத் தவிர்த்துப் பார்த்தால், படம் எனக்குப் பிடித்திருக்கிறது. பல்வேறு திரைப்படக் கலைஞர்களின் அபார உழைப்பு படத்தின் கணிசமான காட்சிகளில் தெரிகிறது. படத்தின் முக்கியமான பலங்களென்று பார்த்தால், ஐந்து விஷயங்களைக் குறிப்பிடலாம்: செல்வராகவனின் இயக்கம், ராம்ஜியின் ஒளிப்பதிவு, சந்தானத்தின் கலை, பார்த்திபனின் பாத்திரப் படைப்பு மற்றும் ரீமாசென்னின் நடிப்பு. மற்றபடி, கார்த்தி, ஆண்ட்ரியா, அழகம் பெருமாள், பிரதாப் போத்தன், அபிநயா எல்லாம் வெறும் அலங்காரத்துக்கு.

'தசாவதாரம்'போல் அல்லாமல், கிராஃபிக்ஸ் நிறைய இடங்களில் திருப்திகரமாகவே இருக்கிறது. சரியாகச் சொல்ல வேண்டுமெனில், நிறைய இடங்களில் உறுத்தலாகத் தெரியவில்லை. ஆனால் கிராஃபிக்ஸ் மொக்கை என்று ஆங்காங்கே குரல்களைக் கேட்கிறேன். அப்படிச் சொல்பவர்கள் கொஞ்சம்கூட யோசிக்க மாட்டார்களா என ஆதங்கம் + ஆயாசம்தான் ஏற்படுகிறது. 'ஆயிரத்தில் ஒருவ'னின் கிராஃபிக்ஸை 'அவதாரி'ன் அனிமேஷனுடன் ஒப்பிடுவதற்குப் பெயர் மேதாவித்தனம் அல்ல; கூமுட்டைத்தனம். தொழில்நுட்பத்தைப் பொறுத்தவரை ஹாலிவுட் படங்களுடன் ஒப்பிடுவதைவிட தமிழிலேயே வந்த முந்தையப் படங்களுடன் ஒப்பிடுவதே நேர்மையானது. அவ்வகையில் இது பரவாயில்லை.

'தாய் தின்ற மண்ணே...' பாடலில் மட்டும் கொஞ்சம் இசை தெரிகிறது (ஆனால், அதிலும்வைரமுத்துவின் வரிகளே பாதி சந்தத்தைத் தீர்மானித்துவிடுவதாகத் தோன்றுகிறது). 'உம்மேல

ஆசதான்...' பாட்டெல்லாம் ரொம்பநாள் தாங்காது (இவ்விடம் 'அடடா வா அசத்தலாம்' என்ற யுவனின் 'சர்வம்' பாடல் தேவையின்றி ஞாபகத்தில் வந் துதொலைக்கிறது). பின்னணி இசையும் அஃதே.

படத்தில் தர்க்கம் நிறைய இடங்களில் தவறுகிறது என்பது சிலர் முன்வைக்கும் விமர்சனம். 'ஹாலிவுட்டை நோக்கி நகரும் கோலிவுட்டின் பயணத்தில்' லாஜிக் என்பது மிகுந்த முக்கியத்துவம் பெறுகிறது. அந்த அடிப்படையில்தான் அத்தகைய விமர்சனங் களை அவர்கள் முன்வைத்திருக்கக்கூடும். செல்வா போன்றவர் களின் படைப்புகளில்தான் லாஜிக்கை எதிர்பார்க்க முடியும். விஜய் படங்களில் அல்ல.

தவிர, தற்போது பதிவுகள் உள்ளிட்ட ஊடகங்களில் சுட்டிக் காட்டப்படும் படத்தின் பிரதான தவறுகள் (அதாவது லாஜிக் ஓட்டைகள்; தொழில்நுட்ப போதாமைகள் என்பதாக எடுத்துக் கொள்கிறேன்) அனைத்தையும் இரண்டாம் பாகத்தில் (அப்படி யொன்று எடுக்கப்பட்டால்) சரிசெய்துகொள்கிறேன் என்று செல்வாவே வெளிப்படையாகச் சொல்லியிருக்கிறார்.அதாவது சரி செய்யப்பட்டிருக்க வேண்டிய அத்தகைய குறைகள் இப்பிரதியில் இருக்கின்றன என அவரே ஒப்புக்கொள்கிறார்.

அந்த 'ஆயிரத்தில் ஒருவன்' படத்தில் அந்த ஒருவன்(ர்) சந்தேகமே இல்லாமல் எம்.ஜி.ஆர்தான். இந்த 'ஆயிரத்தில் ஒருவன்' படத்தில் அவ்விஷயத்தில் குழப்பம் நிலவுகிறது. ஒருவேளை, செல்வராகவன் தன்னைத்தான் குறிப்பிடுகிறாரோ!

என்னைப் பொறுத்தவரை, இதைத் தமிழில் முக்கியமான முயற்சியாகவும், செல்வராகவனின் அடுத்தகட்ட நகர்வுக்கான பயிற்சியாகவும் சொல்வேன்.

அடுத்த முறை, நிஜமான யுத்தகளத்தில் சந்திப்போம், செல்வா.

(15, ஜனவரி 2010)

9

ரங்கநாதன் தெரு எறும்புகள் (அங்காடித்தெரு)

'தமிழ்ப் பதிவுலக மக்களால் சிலாகிக்கப்படும் திரைப்படங்கள் யாவும் அதற்கு எதிர்மறையாகவே இருக்கும்' என்கிற தங்க விதி மற்றுமொரு முறை நிரூபணமாகி இருக்கிறது. இந்த முறை அகப்பட்டிருக்கும் பரிசோதனை எலி வசந்த பாலனின் 'அங்காடித்தெரு' (முந்தைய பெருச்சாளிகள் 'பசங்க', 'நாடோடிகள்', 'நான் கடவுள்', 'ஆயிரத்தில் ஒருவன்' மற்றும் 'விண்ணைத் தாண்டி வருவாயா').

அடிப்படையான பிரச்னை என்னவெனில், படத்தில் வலுவான கதையென்று ஒன்றுமில்லை; அதற்கு அத்தியாவசியத் தேவை யான சிக்கல் இல்லை. பின்பு எங்கிருந்து தொடர்ச்சியான காட்சிகள் மூலமாகத் திரைக்கதையைப் பின்னுவது?

அதன் காரணமாகபடம் முழுக்க நிறைய நாடகத்தனமான மிகையுணர்ச்சிக் காட்சிகளைப் புகுத்தவேண்டிய நிர்பந்தம். பின்புலம் ஒன்றுதான் படத்தின் முதுகெலும்புச்சரமாகப் படத்தை நிமிர்த்திவைக்கிறது. அந்த வகையில் இப்படத்தை அத்தகைய விளிம்புநிலை மனிதர்களைப் பற்றின நல்லதொரு ஆவணப்பதி வாக மட்டும் கொள்ளலாம். ஆங்கிலத்தில் சொன்னால் Documentary.

சில காட்சிகள் ஜெயமோகனின் 'ஏழாம் உலகம்' நாவலையும், Charles Dickens-ன் *Oliver Twist* நாவலையும் அழுத்தமாக

ஞாபகப்படுத்துகின்றன. அதேபோல் வசனங்கள் பாலகுமாரனை (திரைப்படத்தைப் பொறுத்தமட்டில் அது நல்லதுதான்). ஆனால், திரைப்பட வசனங்களில் இன்னும் அசல் ஜெயமோகன் வெளிப்படவில்லை என்றே தோன்றுகிறது (எஸ்.ராபோல் வசனங்கள் எழுதாதிருப்பதே பேராறுதல்).

ஆனால், 'ஜெயமோகன் எழுதியதிலேயே சிறப்பான வசனங்கள் அமைந்த படம் இதுதான்' என்கிற Local Maxima அடையாளத்தைப் பெறுகிறது 'அங்காடித்தெரு.' 'ராகு காலத்துல பொறந்தவன...', 'நீ இல்ல நேரம் பார்த்திருக்கணும்', 'இந்த ஒரு ஆம்பிளைகிட்டயாவது ரோஷத்தோட இருக்குறேனே...', 'யாரு யாருன்னு துருவித் துருவி கேட்டா...', 'நீ என்ன சொன்னே?', 'சிரிச்சேன்', 'கனியிருப்பக் காய் கவர்ந்தற்று' என்பதெல்லாம் சில சோறு பதம். மற்றொரு முக்கியமான பலம் நுண்மையான சில சித்தரிப்புக் காட்சிகள். (உதாரணம்: ஃபர்தா மேல் சேலையை வைத்து, கண்ணாடி பார்க்கும் முஸ்லிம் பெண். பொதுக் கழிப்பிடத்தில் கட்டணம் வசூலித்து உயரும் இளைஞன். குட்டை ஆசாமி - முன்னாள் வேசிக்கு குழந்தை பிறக்கும் கதை).

அவற்றின் மூலம் (மட்டும்)தான் 'வெயில்' மூலம் வசந்த பாலன் அழைத்து வந்திருந்த எந்தவொரு தேர்ந்த சினிமா ரசிகனின் எதிர்பார்ப்பையும் தன் எதிர்காலப் படங்களுக்கும் தக்கவைத்துக் கொள்கிறார்.

நடிப்பு என்று பார்த்தால், அஞ்சலி மட்டும் Outstanding - ஆங்காங்கே 'நெஜமாத்தான் சொல்றியா'த்தனம் முக பாவங்களிலும் வசன உச்சரிப்பிலும் வருவதை மட்டும் தவிர்த்திருக்கலாம். இயக்குநர் வெங்கடேஷ், பழ.கருப்பையா, பாண்டி, சோஃபியா யாக வரும் பெண் ஆகியோரும் நிறைவாகச் செய்திருக்கின்றனர் - விக்கிரமாதித்யன் ஒரே காட்சியில். மகேஷ் (அவர்தாங்க ஹீரோ) பரவாயில்லை.

குறிப்பிட்டுச் சொல்லவேண்டிய இரண்டு விஷயங்கள்... ஒளிப்பதிவு மற்றும் இசை. இது போன்ற மாற்று சினிமாக்களில் இதுவரை வந்ததிலேயே ஆகமோசமான ஒளிப்பதிவு இதில்தான் சாத்தியப்பட்டிருக்கிறது (மேற்கண்ட பெருச்சாளிகள்கூட இந்த ஒரு விஷயத்தில் மட்டும் விதிவிலக்கு). அதேபோல் இசை. முக்கியமாக பின்னணி இசை படம் நெடுக இம்சைப்படுத்துகிறது. பாடல்களும் மகா மொக்கை. 'அவள் அப்படி ஒன்றும் அழகில்லை'கூட அப்படி ஒன்றும் அழகில்லை.

டைட்டில் கார்டில் 'உரையாடல் - ஜெயமோகன்' என்று வந்த போது பி.வி.ஆர் அரங்கின் உள்ளிருந்து படம் பார்த்துக் கொண்டிருந்த இருபத்து சொச்சம் நபர்கள் காத்த மயான அமைதிக்கு பயந்து எனது கைதட்டும் அல்லது விசிலடிக்கும் இச்சையை அடக்கிக்கொண்டதையும், அழகான, சிவப்பான, மாடர்னான, நுனி முதல் அடிவரை நாக்கில் ஆங்கிலம் நடனமிடும் நகர்ப்புறப் பெண்கள்கூட சப்தமாக, ஷ்பஸ்டமாக வாயு பிரிக்கக் கூடும் என்கிற கலாசார, விஞ்ஞான உண்மையைத் தமிழ் கூறும் நல்லுலகுக்கு உணர்த்திய இயக்குநரை பாரட்டும் ஆசையையும் இங்கு பதிவுசெய்யாமல் கவனமாகத் தவிர்க்கிறேன்.

உடன் படம் பார்த்த நண்பர், 'படம் பார்த்தவர்கள் யாரும் இனி மேல் ரங்கநாதன் தெருவில் Window Shopping பண்ண மாட்டார்கள்' என்றார்.

நிஜமென்றே தோன்றுகிறது. அதுதான் இந்தத் திரைப்படம் மறைமுகமாகச் சொல்ல விரும்பும் ஆதாரச் செய்தியும்கூட. அதற்காகவாவது படத்தை எல்லோரும் - குறிப்பாக சென்னை வாசிகள் - நிச்சயம் ஒருமுறை பார்த்துச் சகிக்க வேண்டும் என்பது அடியேனின் தாழ்மையான வேண்டுகோள்.

மற்றபடி, 'அங்காடித்தெரு' ரொம்ப சுமாரான படம்தான்.

சினிமாவைப் பொறுத்தவரை, 'விற்கத் தெரிஞ்சவன்தான் வாழத் தெரிஞ்சவன்' என்பது உண்மையே. ஆனால், 'யானை இருக்குற அதே காட்டுலதான் எறும்பும் இருக்கு' - அந்த நம்பிக்கையை மட்டும் கைவிட்டு விடாதீர்கள், வசந்தபாலன்!

(30 மார்ச், 2010)

10

SPEED 1 THz, MEMORY 1 ZB
(எந்திரன்)

என் பத்தாண்டு நெடிய காத்திருப்பு ஒருவழியாக இன்றோடு முடிவுக்கு வருகிறது. 'எந்திரன்' - The Robot.

என் நினைவுச் சில்லுகள் சரியென்றால், 2000-ம் ஆண்டு வாக்கில்தான் ஷங்கரின் 'ரோபோ' படம் பற்றி நான் முதலில் கேள்வியுற்றது. படத்தில் நடிப்பவர் கமல் என்பதும், படத்தின் கதையை எழுதுபவர் சுஜாதா என்பதுமே அப்போதைய எனது எதிர்பார்ப்பின் பிரதான காரணங்கள். அப்போது படம் பற்றி உள்ளே ஏற ஆரம்பித்த Tempo - தனிப்பட்ட முறையில் என்னைப் பொறுத்தவரைக்கும் - இந்த பத்தாண்டுகளில் ஒருபோதும் இறங்கவேயில்லை (அஜித் நடிக்கிறார் என்றெல்லாம் நடுவில் பூச்சாண்டி காட்டினார்கள் என்றபோதும்கூட!).

'எந்திரன்' படத்தில் 'சிட்டி' என்ற ரோபோவை உருவாக்க விஞ்ஞானி வசீகரன் எடுத்துக்கொள்வதாகச் சொல்லும் அதே பத்து வருடங்கள் செலவாகியிருக்கின்றன இயக்குநர் ஷங்கருக்கும் தன் கனவுத்திரைப்படத்தை எடுத்துமுடிக்க. முதல்வரியில் எனக்குச் சொன்னது பத்தாண்டுக் காத்திருப்பு என்றால், ஷங்கருக்கு இது பத்தாண்டுத் தவம்.

கமல் ஹாசன், சிரஞ்சீவி, ஷாரூக் கான் என செம்மொழி உட்பட மும்மொழி ஸ்டார்கள் தொடங்கி முயன்று, பின் தயங்கி, பயந்து,

வெளியேறிவிட, இறுதியில் SUB-CONTINENT SUPER STAR RAJNI (அதை ஏன் அப்படி ஸ்பெல் செய்கிறார்கள் என்பது என் நெடுநாளைய சந்தேகம் - RAJINI என்றுதானே வர வேண்டும் - ஒருவேளை நியூமராலஜியா?!) பிரதானக் கதாபாத்திரமேற்று நடித்திட படம் இன்று - இந்த அக்டோபர் 1 அன்று ரிலீஸ்.

மேலே sub-continent என்று குறிப்பிடுவது இந்தியன் டெக்டானிக் ப்ளேட் மீது வீற்றிருக்கும் இந்தியா, பாகிஸ்தான், இலங்கை, நேபால், பூடான், பங்களாதேஷ், ஆஃப்கானிஸ்தான், மாலத்தீவுகள் ஆகிய எட்டு தேசங்களடங்கிய இந்தியத் துணைக்கண்டத்தைக் குறிக்கிறது. இவற்றுக்கும்சேர்த்து ரஜினிதானே சூப்பர் ஸ்டார் (இப்படிச் சொல்வது ஒருசதவிகிதம்கூட மிகையில்லை - நான் ரஜினி ரசிகன் அல்ல என்பது இங்கே குறிப்பிடத்தக்கது).

பார்த்தவர்கள் / பாராதவர்கள் எனக் கிட்டத்தட்ட எல்லோருக்கும் தெரிந்தே இருக்கிறது 'எந்திரன்' படத்தின் கதை. அதனால் இங்கே நான் இப்படத்தின் கதையைச் சொல்லப் போவதில்லை. ஆனால், படம் பார்த்த நண்பனொருவன் 'இது ராமாயணக் கதைதானே?' எனக் கேட்டதைச் சொல்லியே தீர வேண்டும்.

யோசித்துப் பார்த்தால், அட! ஆமாம்.

படத்தின் இயக்கம் பற்றித் தனியே கதைக்கவேண்டியதில்லை. பிரித்து மேய்ந்திருக்கிறார் ஷங்கர். படம் நெடுக - பாடல்களில் வரும் Montages உள்பட - சின்னச் சின்ன அழகான காட்சிகள் பலவற்றில் இன்னமும் 'இந்தியன்' காலத்து ஷங்கர் பளீரிடுகிறார். Entertainer இயக்குநர்களில் இந்தியாவில் ஷங்கருக்கு இணையாகக் கூட அல்ல, அவருக்கு அடுத்து யார் என்றுகூட யோசித்துப் பார்க்கத் தயக்கமாக இருக்கிறது. ஷங்கர் - ஷங்கர்தான்.

திரைக்கதை - இதில்தான் இந்தப் படத்தின் முதல் அல்லது கடைசி அல்லது ஒரே சிக்கல் ஒளிந்திருக்கிறது. எந்திரனுக்கு உணர்ச்சிகள் வரும் நிலைவரை (கிட்டத்தட்டமுதல்பாதி) சீராகப் பின்னப் பட்டிருக்கும் திரைக்கதை பின் தொய்வடைந்து ப்ளாட்டை விடுத்து கிராஃபிக்ஸிடம் தஞ்சமடைந்துவிடுகிறது. அதிலும் கடைசி 30 நிமிடங்களின் மொத்தத் திரைக்கதையையே ஒற்றை வார்த்தை யாகத்தான் ஷங்கர் எழுதிருக்கக்கூடும் - 'ஆக்ஷன் பிளாக்.'

கடைசி டைட்டில்ஸ் போடும்போதுதான் கிளைமாக்ஸ் வந்து விட்டதே உறைத்தது - படம் முடிகையில் வரும் அந்த நிறைவே சுத்தமாக இல்லை.

ஸ்பீல்பெர்க்கின் A.I. பார்த்துவிட்டு, 'இதைவிட நம் ஸ்கிரிப்ட் நன்றாயிருக்கிறது' என 'ரோபோ' படம் பற்றி கமல் சொன்னதாக சுஜாதா இடையில் ஒருமுறை எழுதியிருந்த நினைவு. கமல் / சுஜாதா/ நான் மிகைப்படுத்தவில்லையெனில் அப்போது எழுதப் பட்ட திரைக்கதையில் 50% கூட இதில் இருக்க வாய்ப்பு இல்லை.

திரைக்கதையில் கோட்டைவிடும் உச்ச இயக்குநர்கள் மேக்கிங்கில் ஜெயிக்கும் காலம் இது - நேற்று மணிரத்னம்; இன்றுஷங்கர். 'இராவணன்' பார்த்தபோது இந்திய சினிமாவின் மிகச்சிறந்த ஒளிப்பதிவு என உணர்ந்ததுபோல் 'எந்திரன்' பார்த்தபோது 'இந்திய சினிமாவின் மிகச்சிறந்த கிராஃபிக்ஸ்' என உணர்ந்தேன்.

படத்தின் பட்ஜெட்ல், விஷுவல்களில் பல்லிளிக்காமல் புன்னகைக்கிறது. உதாரணம்: இரும்பாயுதங்களை ஈர்த்துக் கொண்டு ஓர் அவதாரம்போல் ரோபோ ரஜினி நிற்கும் காட்சி ('அதற்கே கொடுத்த ரூ.200 சரியாகிவிட்டது' என்றான் நண்பன்).

கிராபிக்ஸ்தான் படத்தின் மூன்றாம் கதாநாயகன் (முதலாவது ஷங்கர் என்பதும், இரண்டாவது ரஜினி என்பதும் நான் சொல்லித் தெரியவேண்டியது இல்லை).

எலெக்ட்ரிக் ட்ரெய்ன் காட்சிகள் மற்றும் தீ விபத்துக் காட்சிகள் தவிர மற்ற கிராஃபிக்ஸ் எல்லாமே மிகச் சிறப்பாகவே வந்திருக்கின்றன. 'காதல் அணுக்கள்', 'கிளிமாஞ்சாரோ', 'அரிமா அரிமா...' ஆகிய பாடல்களில் ரஜினியின் நடன அசைவுகளை கவனித்தால், ஐஸ்வர்யாவின் பிறந்தநாள் பார்ட்டியில் ரோபோர ரஜினி ஆடும் நடனம் கிராஃபிக்ஸ் வேலையே என்பது துல்லியம்.

படத்தின் கடைசி 30 நிமிடங்கள் Brilliant Execution - அது பற்றி 'ஹாலிவுட் படங்களுக்கு இணையாக' என மனப்பூர்வமாக எவ்விதக் கூச்சமுமின்றி எழுதலாம். Animatronics செய்த Legacy Effects & Stan Winston Studios, USA-வுக்கும் (ஸ்பீல்பெர்க், கேமரூன் இருவரின் ஆஸ்தான நிறுவனம் இது), VFX செய்த ஸ்ரீநிவாஸ் எம். மோகன் குழுவுக்கும் இப்போது உங்களுக்குச் சூழ்நிலை சாதகமெனில் தாரளமாக standing ovation தரலாம்.

அநியாய கிராஃபிக்ஸ், அக்கிரம மேக்கப் போன்ற அத்தனை எதிர்மறைகளையும் தாண்டி 'தசாவதாரம்' பிடித்திருந்ததற்குக் காரணம் அதன் அற்புதத் திரைக்கதை. மாறாக, அசத்தல் கிராஃபிக்ஸ், அமர்க்கள மேக்கிங் போன்ற அத்தனை

நேர்நிலைகளையும் மீறி 'எந்திரன்' ஈர்க்காததற்குக் காரணம் அடாசு திரைக்கதை. ஜேம்ஸ் கேமரூனின் 'Avatar' படமும் இப்படியான உணர்வையே தோற்றுவித்தது.

படத்தில் நிறைய நல்ல வசனங்கள் இருக்கின்றன. ஆனாலும், விமர்சகன் மனம் எப்போதும் ஒப்பீட்டிலக்கியம் எழுதவே விரும்புகிறது. அவ்வகையில் சுஜாதா பங்காற்றிய ஷங்கரின் முந்தைய படங்களான 'இந்தியன்', 'முதல்வன்', 'பாய்ஸ்', 'அந்நியன்' போன்றவற்றோடு ஒப்பிடும்போது இது சறுக்கல் தான். ஆனால், அதே கூட்டணியின் 'சிவாஜி'யின் வசனங்களோடு ஒப்பிடும்போது 'எந்திரன்' பெட்டர்.

நா.முத்துக்குமாரின் மிலிட்டரி கவிதையும், Robotic Conference வசனங்களும் (குறிப்பாகக் கடவுள் பற்றிய வசனம்), 'நான் துரோகம் செய்வதைவிட நீயே தியாகம் செய்துவிடு' என்கிற தொனியிலான சிட்டியின் வசனமும் deserve mentioning. அதேபோல் சிட்டியின் Natural Language Processing சார்ந்த Comedy of Errors எல்லாம் rib-tickling வகையறா. 'பாய் ஃப்ரெண்ட், டாய் ஃப்ரெண்ட்' வசனம் ஷங்கருடையது. சலூன் கடை வசனங்கள், கிராஃபிக்ஸ் கொசு வசனங்கள், AIRD டெஸ்ட் வசனங்கள் சுஜாதாவால் எழுதப்பட்டவை, சிட்டி வெர்ஷன் 2.0 வருவதிலிருந்து க்ளைமாக்ஸ் வரையிலான வசனங்கள், ஹனீஃபா ரஜினியிடையேயான வசனங்கள் மதன் கார்க்கியால் எழுதப் பட்டவை என அவரது ட்வீட்கள் மூலம் தெரிகிறது - இந்த DOT வசனம்கூட மதன் கார்க்கியுடையதே.

பொதுவாக எல்லா வசனங்களுமே படத்துக்கு ஒரு சுஜாதாத்தனத்தை வழங்க முயற்சிக்கின்றன. அவ்வகையில் படத்திலிருக்கும் நல்ல வசனங்களை இரண்டு வகையாகப் பிரிக்கலாம். ஒன்று, சுஜாதா நேரடியாக எழுதியவை; மற்றது சுஜாதாவின் பாதிப்பில் (சூட்சம ரூபம்?) மற்ற இருவரும் எழுதிச் சேர்த்தவை.

இந்த வயர், உயிர் வசனங்கள் மட்டும் படத்தில் மூன்று இடங்களில் வருகிறது - ஐஸ்வர்யா ராய், கருணாஸ் சந்தானம் சந்திப்பில், 'புதிய மனிதா...' பாடலில், அப்புறம் 'அரிமா அரிமா...' பாடலில். ஷங்கர் போன்ற ஒரு பெர்ஃபெக்ஷனிஸ்ட்டின் படத்தில் எப்படி இந்த மாதிரி repetition (போன்ற silly-mistake) எனப் புரியவில்லை.

ஆரம்பத்தில் எழுதப்பட்டபோது சுஜாதாவின் பங்கு திரைக்கதை - வசனங்களில் (அவரே முன்பு எழுதிய சிறுகதைகள், நாவல்கள்

சார்ந்துகூட) கணிசமானதாக இருந்திருக்க வேண்டும். 2008-ம் ஆண்டில் ரஜினி ஹீரோவென முடிவானதும், (பின் கொஞ்ச நாள்களிலேயே சுஜாதா மரணித்துவிடுகிறார்) படத்தின் உள்ளடக்கம் சார்ந்து நிகழ்ந்த வளர்சிதை மாற்றங்களினால் (வளர்ச்சியா? சிதைவா? மாற்றமா?) அவர் எழுதிய பகுதிகளில் நிறைய வெட்டப்பட்டிருக்க வேண்டும். இதுவே 'எந்திரன்' படத்தில் சுஜாதா பங்களிப்பு பற்றி உணர்ச்சிவசப்படாத தர்க்கரீதி அவதானிப்பு.

அதன் காரணமாகவே தற்போதைய படத்தில் அவரது பெயரை வசன கர்த்தாக்களில் ஒருவராகப் போடுவதோடு நிறுத்திக் கொண்டிருக்கிறார்கள். மற்றபடி, நினைவாஞ்சலிக் குறிப்பாக படத்தின் ஆரம்பத்தில் அவர் பெயரைப் போட்டிருக்க வேண்டும் போன்ற ஆதங்கங்கள் எல்லாம் தேவையற்றவை என்பதே என் நிலைப்பாடு. சுஜாதாவை கிட்டத்தட்ட தன் தந்தை என்பது போலவே ஷங்கர் பேசிவந்திருக்கிறார். அதனால் அவரது பெயரை இருட்டடிப்புச் செய்யவேண்டிய நிலையோ, நிர்ப்பந்தமோ ஷங்கருக்கு இல்லை. அதற்கு மேல் இந்த under-quality எழுத்தில் அவர் பெயரை அதிகப்படி associate செய்வது பாவம் என்றுகூட விட்டிருக்கலாம். தப்பில்லை என்றுதான் தோன்றுகிறது.

இதுபோன்ற அறிவியல் பின்னணிகொண்ட படத்துக்கு ஒளிப்பதிவும், கலையமைப்பும் மிக முக்கியம். பொதுவாகப் பார்த்தால், இரண்டுமே நன்றெனினும், படத்தின் தேவை மற்றும் எதிர்ப் பார்ப்பைக்கொண்டு நோக்குங்கால் இரண்டுமே முழு திருப்தி யில்லை என்றுதான் சொல்வேன் (ரஜினி, டேனி இருவரின் லேப் ஆர்க்கிடெக்ச்சரில்கூட வித்தியாசம்காட்ட முனையவில்லை என்பது பேராச்சர்யம்). ஆண்டனியின் எடிட்டிங்கிலும், பூக்குட்டியின் ஒலிப்பதிவிலும் புதிதாகச் சிலாகிக்க ஏதுமில்லை. போலவே, படத்தின் இசையும். ஏ.ஆர்.ரஹ்மானின் பின்னணி இசை (வழக்கம்போல்) பரவாயில்லை ரகம்.

ரோபோவின் வெளித் தோற்றத்தை டிசைன் செய்திருக்கும் Mary E Vogt-ன் (Men In Black Series மற்றும் Batman Returns படங்களின் Scientific Outfit காஸ்ட்யூமர்) பணி மிக முக்கியமானது. மனீஷ் மல்ஹோத்ராவின் ஆடை வடிவமைப்பும் notable - குறிப்பாகப் பாடல்களில். பீட்டர் ஹெயின், Frankie Chan, Eddy Wong அமைத்திருக்கும் சண்டைக் காட்சிகள் நன்று. ரஜினி படங்களுக்கு

நடனம் அமைப்பதற்கு இன்னமும் எதற்கு பிரபுதேவாவும் ராஜுசுந்தரமும்? ஒரு ஃபிஸியோதெரபிஸ்ட் அல்லது யோகா மாஸ்டர் போதுமே.

ஷங்கர் பட நாயகிகளின் சராசரி வயது குறைந்தது முப்பத்தைந்தாவது இருக்கக்கூடும் - அப்படி ஓர் Aunty-பண்டாரம் அவர். ஸ்டாடிஸ்டிக்ஸ் குலையாதிருக்க, இந்தப் படத்தில் ஐஸ்வர்யா ராய் (அவரும் இன்னமும் குலையாதேயிருக்கிறார் என்பது வேறு விஷயம்). ரொம்ப நாள்களுக்குப் பிறகு ரஜினி படத்தில் கதாநாயகி படம் முழுக்க வருகிறார் - அதுவும் சயின்டிஸ்ட் ரஜினியின் எழுச்சியும் (112 Missed Calls), 'ரோபோ' ரஜினியின் வீழ்ச்சியும் அவரைச் சுற்றியே அமைகிறது (காதல் வந்தா நட்டு கழண்டுடும்). தவிர, இதுவரை நான் பார்த்தவற்றில்இதில்தான் அவர் மிகச் சிறப்பாக நடித்திருக்கிறார்.

மற்றபடி, சந்தானம், கருணாஸ், வி.எம்.சி.ஹனீஃபா, கலாபவன் மணி, தேவதர்ஷினி, ரஜினியின் அப்பா, அம்மாவாக வருபவர்கள், ஷ்ரியா ஷர்மா (க்ளைமாக்ஸில், A.I. மியூசியத்தில் வாய்பிளக்கும் அந்தக்(ச்) கு(சு)ட்டிப்பெண்) எல்லோரும் இருக்கிறார்கள் என்பதற்கு மேல் வேறென்ன? (படத்தின் கலை இயக்குநர் சாபுசிரில்கூட ஒரு காட்சியில் வந்து போகிறார்). வில்லன் டேனிடென் ஸாங்பா மட்டும் நிற்கிறார் - அதுவும் AIRD-ல் ரோபோவான சிட்டிக்கு டெஸ்ட்வைக்கும் காட்சியில் worth applause நடிப்பு.

இப்போது படத்தின் மைய அச்சுக்கு வருவோம் - ரஜினி. அதுவும் மூன்று ரோல்களில் - சயின்டிஸ்ட் வசீகரன், சிட்டி வெர்ஷன் 1.0 மற்றும் சிட்டி வெர்ஷன் 2.0. சயின்டிஸ்ட் ரஜினி under-perform செய்திருக்கிறார் (கவனிக்கவும், under-play அல்ல!). விஞ்ஞானி பாத்திரம் என்பதால் 'தசாவதாரம்' கமல் ஹாசனின் நடிப்போடு ஒப்பிட்டு உள்ளெழும் நமுட்டுச் சிரிப்பு பற்றி எழுதாமல் இருக்க முடியவில்லை.

சிட்டி வெர்ஷன் 1.0 ஓ.கே.ரகம். மூன்றாவதுதான் ரகளை - ரஜினியை இப்படத்தில் தேர்ந்ததை நியாயப்படுத்துவது இதுவே. ஆனால், அதிலும் கொஞ்சமாக அந்தக் காலத்து அலெக்ஸ் பாண்டியன் வாசனை. மற்றபடி எங்குமே சூப்பர் ஸ்டார் இல்லை. 'பாட்ஷா', 'படையப்பா' போன்ற படங்களில் நாம் பார்த்து ரசித்த ரஜினி இல்லை. அக்குறையை நிவர்த்திக்க மாறுபட்ட நடிப்பையோ, வேறுபட்ட அம்சத்தையோ அவர் காட்ட முனையவில்லை

என்பதே பிரச்னை. இப்படத்தின் கதையில் ரஜினி(யும்) ஒரு கதாபாத்திரம் அவ்வளவே.

'சிவாஜி'யில் எல்லோருக்கும் பிடித்திருந்த மொட்டை ரஜினியின் மொட்டை கெட்டப் துரதிர்ஷடவசமாக என்னைக் கவரவில்லை - மாறாக மகா / மெகா காமெடியாகவும் தோன்றியது. அதேபோல் 'எந்திரன்' படத்தின் புரோமோ ஸ்டில்களிலும் சிட்டி வெர்ஷன் 2.0 ரஜினியைப் பார்த்து 'இந்திரலோகத்தில் அழகப்பன்' opening song வடிவேலு ஞாபகம் வந்து பீதியடைந்திருந்தேன்.

ஆனால், ஆறுதலாகப் படத்தில் அது ரசிக்கும்படியாகவே அமைந்திருக்கிறது. ஸ்டில்களில் மட்டும் யாரோ சூனியம் வைத்துவிட்டார்கள்.

உண்மையில், 'எந்திரன்' படத்தின் டைட்டில் கார்டிலேயே எனக்குப் பிரச்னை தொடங்கிவிட்டது. Smoking and drinking is injurious to health என ஸ்லைடு போடுகிறார்கள். அதில் வரவேண்டியது 'is' அல்ல; 'are' எனத் தோன்றுகிறது என் ஆங்கிலச் சிற்றறிவுக்கு. 'எந்திரன்' தொழில்நுட்பக்குழுப் பட்டியலிலும் சிறு குழப்பம் - ஆரம்பத்தில் அறிவிக்கப்பட்ட Yuen Woo Ping (Matrix Series, Crouching Tiger Hidden Dragon படங்களுக்கு சண்டைக் காட்சிகள் அமைத்தவர்) பெயர் டைட்டிலில் வந்த மாதிரி தெரியவில்லை - இதுபோல் சிற்சில.

ஆங்கில I, Robot, கன்னட Hollywood, இந்தி Love Story 2050 எனப் பல படங்களின் கதையும் இதேதான் என்ற வாதங்களையெல்லாம் 'எந்திரன்' பத்து வருடங்களுக்கு முன்னரே ஷங்கர் / சுஜாதா மனதில் கருக்கொண்ட கதை என்பதை நினைவுபடுத்துவதன் மூலம் கடாசிவிடலாம் (வெற்றிவிழா / Bourne Identity கேஸில் நடந்தது போன்ற அனர்த்தம் இல்லையென்று நம்புவோமாக).

ஆனால், ரோபோ பிரசவம் பார்க்கும் காட்சி 3 Idiots-ஐ (தேவை யில்லாமல்) ஞாபகப்படுத்தித் தொலைக்கிறது. அதேபோல் க்ளைமாக்ஸ் கிராஃபிக்ஸின் ஆதார கான்செப்டை Transformers-ல் இருந்து உருவியிருக்கிறார்கள். மூன்றாம் உலக சினிமாவில் இது போன்ற சிறு குற்றங்களை மன்னிக்கலாம்.

'எந்திரன்' சயின்ஸ் ஃபிக்ஷன் படமா?' என்ற கேள்வி தொடர்ந்து முன்வைக்கப்படுகிறது. என் வாசிப்பு மற்றும் புரிதலின்படி இது நிச்சயம் சயின்ஸ் ஃபிக்ஷன்தான் - இருக்கிற விஞ்ஞானத்தைத் தொலைநோக்கி நீட்டித்து இன்றைய தேதியில் நடந்தால் எப்படி

இருக்கும் எனக் கற்பனை செய்வது கண்டிப்பாக அறிவியல் புனைகதையே. அதன் புதுமைத் தன்மை மற்றும் நம்பகத் தன்மை குறித்து கேள்விகள் இருக்கலாம் - அவை விவாததுக்குரியவை. மற்றபடி, சயின்ஸ் பிக்ஷனா என்று குழப்படி செய்வது Isaac Asimov-வை சந்தேகிப்பது போன்றதுதான்.

அதேபோல் 'எந்திரன்' கதை ரோபோட்டிக் இயலின் அரிச்சுவடி நிலைக் கற்பனையாக இருக்கலாம் - அது வேறு விஷயம். ஆனால், அந்தநிலைகூட இன்னும் வாய்க்கப் பெறாத தமிழ்கூறும் நல்லுலகுக்கு நிச்சயம் இது ஒரு நல்லாரம்பமே. தமிழ் சினிமாவை விஞ்ஞானப் புனைகதைக் களத்தில் இங்கிருந்து மேலே அடுத்தடுத்த படிநிலைகளுக்கு அழைத்துச் செல்வது இளம்தலை முறை இயக்குநர்களின் கடமை - தேர்ந்த பார்வையாளர்களின் வேலையும்கூட.

'எந்திரன்' நல்ல படம்தான்... அந்த 'தான்' என்று இழுக்க வைப்பதுதான் குறை.

•

பின்குறிப்புகள்:

1. *'அமெரிக்காவில் சாதாரணமாகப் பன்னிரண்டு டாலருக்குக் குவிக்கப்படும் சினிமா டிக்கெட்டின் விலை, 'எந்திரனுக்கு முப்பது டாலர்' என்கிறான் என் நண்பன். இங்கே பெங்களூரு பிவிஆரில் FDFS (அதாங்க First Day, First Show) சாதாரண டிக்கெட்டின் விலை ரூ.750; கோல்டு கிளாஸ் ரூ.1,500. AVATAR படத்துக்குக்கூட இவ்வளவு வைக்கவில்லை என்பது குறிப்பிடத்தக்கது. ஈரோட்டில், முதல் வாரம் எல்லா ஷோக்களுமே கவுன்ட்டர் டிக்கெட் விலையே ரூ.150. அப்படியென்றால், பிளாக் ரூ.400 வரைகூடப் போகும். 160 கோடி ரூபாய் செலவில் ஒரு படம் எடுத்திருக்கிறார்கள். ஒரே நாளில் உலக அளவில் 3,000 தியேட்டர்களில் ரிலீஸ் செய்கிறார்கள். முதல் நாள் வசூல் மட்டும் 200 கோடி ரூபாயைத் தொடுகிறது. படத்தையொட்டிய மொத்தப் பணப் புழக்கம் மட்டும் ரூ.1,600 கோடி இருக்கும் என மதிப்பிட்டிருக்கிறார்கள். இதையெல்லாம் சாதித்திருப்பது அல்லது சாதிக்கவிருப்பது ஒரு தமிழ்ப்படம் என்பது இங்கு முக்கியமாகிறது. அப்படி என்னதான் எடுத்துவைத்திருக் கிறார்கள் என ஒருநடை போய்ப் பார்த்துவிட்டு வாருங்கள்.*

2. 'எந்திரன்' படத்தைப் பொறுத்தவரையில் இந்தப் பதிவின் தலைப்புதான் ரஜினியின் பஞ்ச் டயலாக்காகக் கொள்ளவியலும். அதில் ஒரு குழப்பமும் நிலவுகிறது. சரியானது - 'ஸ்பீட் ஒன் டெராஹெர்ட்ஸ், மெமெரி ஒன் ஸிடாபைட்' (அது ஜிகாபைட் அல்ல - ரஜினியின் வசன உச்சரிப்பு அப்படி!). அதாவது, இத்தகைய திறன்கொண்ட பிராசஸரைத் தயாரிக்க இன்னமும் சில பத்தாண்டுகள் ஆகலாம் (Moore's Law); அதை அட்வான்ஸாக இப்போதே சயின்டிஸ்ட் வசீகரன் தயாரிக்கிறார் என்பதுதான் அவர்கள் உணர்த்த நினைப்பது. இதைச் சுலபமாகப் புரிந்துகொள்ள என் லேப்டாப்பின் Intel Pentium M பிராசஸரை சிட்டியின் Pentium Ultra Core Millennia பிராசஸரோடு ஒப்பீடு செய்யலாம். 'ஸ்பீட்' எனப் படத்தில் குறிப்பிடப்படும் 'Clock Rate' என் லேப்டாப்பில் 1.73 GHz; சிட்டியினுடையது 1THz - அதாவது என்னுடையதை விட கிட்டத்தட்ட 600 மடங்கு அதிகம். அதேபோல் மெமரி எனக் குறிப்பிடுவது CPU RAM-ன் அளவை என நினைக்கிறேன். அது என்னுடையது 2GB; சிட்டியினுடையது 1ZB - அதாவது, என்னுடையதைவிட 50 கோடி மடங்கு அதிகம்.

3. 'சிவாஜி'-யில் அமெரிக்க ரிட்டர்ன் ரஜினி அடிக்கடி, COOL என்று சொல்வதுபோல் 'எந்திரன்' சயின்டிஸ்ட் ரஜினி சில சமயம் வாக்கியங்களின் முடிவில் DOT என்கிறார். சிவாஜியின் போது ரஜினியைப் பின்பற்றிப் பல ஆர்வக்கோளாறுகள் அடிக்கடி தேவையின்றி COOL என்று பயன்படுத்த ஆரம்பித்தனர் (குறிப்பாக மென்பொருள் நிறுவனங்களில்). இப்போது DOT என்பதைப் பயன்படுத்த ஆரம்பிப்பார்கள் - அதை நினைத்தாலே குமட்டுகிறது. இது போன்ற சங்கதிகளை அழகாகக் கையாள்பவர்களும் இருக்கத்தான் செய்கிறார்கள். என் மேனேஜர் - அவர் ஒரு தமிழ்ப் பெண் - மீட்டிங்குகளில் ஆங்கிலத்தில் பேசும்போது சில சமயம் வாக்கியங்களின் முடிவில் இதேபோல் PERIOD என்று பயன்படுத்துவார் (அதற்கும் DOT என்றுதான் அர்த்தம்). அது மிகவும் கேஷுவலாக, மிகவும் ஸ்டைலிஷாக இருக்கும். அந்த PERIOD-ல் இருக்கும் வசீகரம், வசீகரனின் DOT-ல் நிச்சயம் இல்லை.

(01, அக்டோபர் 2010)

11

இது ராஜபாட்டை (நந்தலாலா)

பேருந்து நிலையத்தில்
இதோ வருகிறேனென்று
சொல்லிப்போன அம்மாவுக்காக
எவ்வளவோ நேரமாய்க் காத்திருக்கிறது
ஒரு குழந்தை
பார்க்கப் பார்க்கத்
தீராத முகங்களைப்
பார்த்தபடி.

- மனுஷ்ய புத்திரன் ('நீராலானது' தொகுப்பிலிருந்து)

•

நந்தலாலா - கடந்த தசாப்தத்தில் வெளிவந்தவற்றில் மிகச் சிறந்த படம். இது வெறும் திரைப்படம் அல்ல; ஓர் அனுபவம். இன்னும் சரியாகச் சொன்னால், ஒரு ஜென் அனுபவம். படத்தலைப்பு மற்றும் டைட்டில் கார்டு தொடங்கி படம் நெடுகவும் குறியீடுகளே, அவற்றின் நீட்சியான படிமங்களே ஆள்கின்றன.

ஒரு நெடுங்கவிதையைப்போல் அல்லது ஒரு பெருங் காவியத்தைப்போல் மிக நிதானமாக, மிகத்துல்லியமாகப் படம் பிரயாணிக்கிறது. குட்டையிலிருக்குமொரு நத்தையின் அங்குல நகர்ச்சியோடு மெதுவாகவே பயணிக்கும் இந்த வநோதக் கதையாடலை சீரான இடைவெளியில் பின்தொடர நாமோ

மூச்சிரைக்கஓடவேண்டியிருக்கிறது, ஒரு காட்டு முயலின் வேகத்துடன்.

'நந்தலாலா'வில் இரண்டே பேர்தான். ஒருவர் இளையராஜா; மற்றவர் மிஷ்கின்.

இளையாராஜாவின் ஆகச்சிறந்த பின்னணி இசையினை கோரிப்பெற்றிருக்கும் அரிதான படங்களுள் ஒன்று 'நந்தலாலா.' ஒரு மந்திரவாதியின் கற்பனையோடும், ஒரு ரசவாதியின் நுட்பத் தோடும் படத்தின் காட்சிகள் எல்லாவற்றிலும் சூட்சும இறை போல் வியாபித்திருக்கிறார் இளையராஜா.

காட்சிகளுக்கான நியாயத்தை மிகையேயின்றி தனக்கே உரிய பூடக மொழியில் சொல்லிச் செல்கிறது இசை. காட்சிகளையும் வசனங் களையும்போல் திரைக்கதையின் ஒருங்கிணைந்த பகுதியாகவே இசையும் வருகிறது.

படத்தின் மொத்த வசனங்களையும் கொஞ்சம் வலிந்து முயற்சித்தால், ஒரு விசிட்டிங் கார்டின் பின்புறத்தில் எழுதிவிட முடியும். மற்றபடி, படம் முழுக்க இளையராஜாதான் பேசிக்கொண்டே இருக்கிறார் - தனது தேர்ந்த இசையினால், சமயங்களில் அதற்கும் மேலான மௌனத்தினால்.

விசிட்டிங் கார்டின் முன்புறமிருப்பது அந்த இசைதான்!

•

பத்து வருடங்களுக்கு ஒரு முறைதான் ஒரு சிறந்த இயக்குநர் தமிழில் உருவாகிறார். அறுபதுகளில் பாலச்சந்தர், எழுபதுகளில் பாரதிராஜா, எண்பதுகளில் மணிரத்னம், தொண்ணூறுகளில் பாலா, இப்போது மிஷ்கின்.

இயக்குநர் மிஷ்கினுக்கும், திரைக்கதையாளர் மிஷ்கினுக்கும் இடையே நிகழும் தீராக்காமத்தின் விழைவாக முகிழ்த்த புணர்ச்சியின் உச்சமாக வந்து விழுகின்றன ஒவ்வொரு காட்சியும். ஒருவன், தன் வாழ்வின் ஆகச்சிறந்த உச்சத்தினை ஏதேனுமொரு சுயசம்போகத்தில்தான் அடைய முடியும் என்பதுபோல யதார்த்தத்தினைவிட அற்புதமான கணங்களைத் தருகிறது இந்தக் கற்பனை. ஒரே வாக்கியத்தில் இந்தப் படத்தைச் சிலாகிப்பதானால் - 'பாலு மகேந்திரா படம் பார்ப்பதுபோல் இருக்கிறது.'

படத்தில் வரும் ஊர்ப் பெயர்கள் - 'தாய்வாசல்', 'அன்னை வயல்'' - வெளிப்படையான குறியீடுகள் என்றால், 'இவனை கூட்டிட்டுப் பத்திரமா போயிருவியா?' எனக் கேட்கும் பதின்வயதுப் பள்ளிச் சிறுமியின் கையில் மிஷ்கின் கூழாங்கற்களை அள்ளித் திணிப்பது போன்ற காட்சிகள் தத்துவக் குறியீடு - Baffling cipher.

மிஷ்கின் பாத்திரம் லூஸான தன் பேன்ட்டைக் கையால் பிடித்துக் கொண்டே படம் முழுக்க வருவதுகூட குறியீடுதான். தன் தொப்புள் கொடியின் மற்றொரு முனையான தன் தாயைத் தேடித் தானே பயணிக்கிறார் அவர்!

மிஷ்கினுக்கென ஒரு பேட்டர்ன் இருக்கிறது. அதுதான் அவரது அடையாளம். சர்வதேசம் தெரியாதெனக்கு, தமிழக அளவிலேனும் மிகத் தனித்துவமான ஓர் அடையாளம் அது. புத்தம் சரணம் கச்சாமி!

பின்னணி இசையையும் திரைக்கதையையும் ஈடு செய்ய ஒளிப்பதிவு இயக்குநரான மகேஷ் முத்துசுவாமி, அழகியல் இயக்குநரான ட்ராட்ஸ்கி மருது இருவரும் அசுர உழைப்பு நிகழ்த்தியிருக்க வேண்டும் - நிகழ்த்தியிருக்கிறார்கள்.

அஸ்வத் ராம், மிஷ்கின் இருவரது நடிப்பும் தமிழ் சினிமா வரலாற்றில் ஒரு மிகமுக்கியமானநிகழ்வு. மற்றபடி, ஸ்னிக்தா (அவர் பேசும் நெடுவசனம்), ரோகிணி (அவரென்றே தெரிய வில்லை), நாசர் (பன்னிரண்டு நொடிகளுக்கு) உட்பட எனக்குப் பெயர் தெரியாது படத்தில் நடித்திருக்கும் எல்லோருமே மிக நேர்த்தியாகப் பங்களித்துள்ளனர் - ஒரு கூட்டுப்பிரார்த்தனை போல்.

•

தமிழ்நாட்டில் 80 திரையங்குகளில் மட்டுமே வெளியாகி யிருப்பதாக அறிகிறேன். படம் பெங்களூருவில் வெளியாக வில்லை. ஓசூர் சென்று பார்த்து வந்தேன்.

படம் ஆரம்பித்த பத்து நிமிடங்களில், 'என்னடா, டி.வி சீரியல் மாதிரி எடுத்து வெச்சிருக்கான்?' எனப் பின்னிருக்கையின் இருட்டிலிருந்து வந்த எதிர்வினையைக் கேட்கையில் அந்தத் தகவல் பற்றிய எனது ஆச்சர்யத்தைத் துறந்தேன்.

'நீர் நடுவே தன்னை அழித்துக்கொண்டு, சுட்டும் விரல்போல் நிற்குமொரு பட்ட மரத்தில் புரிந்துணர்வின் பொன் முத்தமாக

வந்தமர்ந்திருக்கும் ஒரு புள்' (தேவதேவனின் 'கவிதை') போலத்தான் திரையரங்கில் அமர்ந்திருந்தேன்.

பள்ளிச் சிறுவன் ஒருவனும், மனம் முதிராதஇளைஞனும் வெவ்வேறு நோக்கங்களுடன் தத்தம் தாயைத்தேடி மேற்கொள்ளும் பயணத்தில் சந்திக்கும் மனிதர்களும், ஸ்பரிசிக்கும் அனுபவங் களுமே 'நந்தலாலா' திரைப்படம். படத்தில் ஒருவர்கூட கெட்ட வரில்லை - இதை விக்கிரமன்கூடச் சொல்லிவிட முடியும்.

அவர்களில் யாரும் நல்லவருமில்லை என்பதுதான் இந்தப் படத்தைத் தனித்து நிற்கச்செய்கிறது. கெட்டவரும் இல்லாத, நல்லவரும் இல்லாத எல்லோருக்குள்ளிருந்தும் தாய்மையின் வைரக்கீற்று அவ்வப்போது வெளிப்படவே செய்யும். இதுவே படத்தின் அடிநாதம் என்பதாக இருக்கிறது என் புரிதல் - இது தவறாகவும் இருக்கலாம். ஆனால், அதுதானே ஜென்!

உன் அனுபவம் உன் புரிதல்; என் அனுபவம் என் புரிதல்.

'நந்தலாலா'-வுக்குப் பின் பார்க்கலாம் எனஉத்தேசித்து ஜப்பானிய Kikujiro-வை மடிக்கணிணியில் சேமித்திருந்தேன். ஆனால், இப்போது Kikujiro பார்க்காமலேயே எழுதிக்கொண்டிருக் கிறேன். இனியும் பார்ப்பதாக இல்லை. இந்த அனுபவமே போதுமானதாகத் தோன்றுகிறது. அதைச் சிதைத்துக்கொள்ள விரும்பவில்லை.

'Kikujiro படத்தின் இயக்குநர் Takeshi Kitano-வுடன் அமர்ந்து 'நந்தலாலா' படத்தைப் பார்க்க விரும்புகிறேன்' என மிஷ்கின் சொன்னதாக ஏதோ ஒரு தமிழ்ப் பேரிதழ் பேட்டியின் வழி கேள்வியுற்றேன். எனக்கு மிஷ்கினுடன் அமர்ந்து படத்தைப் பார்க்கத் தோன்றுகிறது.

(27, நவம்பர் 2010)

12

போர்த்தொழில் பழகு (யுத்தம் செய்)

'யுத்தம் செய்'. படம் முழுக்க வியாபித்திருப்பவை மூன்றே மூன்று விஷயங்கள்தாம்: மிஷ்கின், மிஷ்கின் மற்றும் மிஷ்கின். எனக்குப் படம் மிகப் பிடித்திருக்கிறது. நான் தமிழில் பார்த்த வற்றிலேயே ஆகச்சிறந்த த்ரில்லர் திரைப்படம் இதுதான். படத்தின் சுவாரஸ்யமான திரைக்கதையினூடாக மிக யதார்த்த மாக, மிகத் துல்லியமாகஒரு முழு சிபிசிஐடி வழக்கு விசாரணை பதிவாகியிருக்கிறது. To be precise, ஓர் இயக்குநராக மிஷ்கின் காட்சிக்குக் காட்சி ஜெயிக்கிறார்.

எந்தவொரு மர்டர் த்ரில்லரிலும் பொதுவாக இரு பகுதிகள் இருக்கும். கொலைகாரன் பகுதி, துப்பறிபவர் பகுதி. இப்படத்தில் துப்பறியும் பகுதி அற்புதமாக மிகையின்றிப் பதிவாகியிருக்க, கொலைப் பகுதியோ ஒரு ராஜேஷ்குமார் க்ரைம் நாவலைப் போன்று இருக்கிறது. தவிர, 'வேட்டையாடு விளையாடு', 'அஞ்சாதே', 'ஈசன்' போன்ற படங்களின் சிலபல காட்சிகளும் ஆங்காங்கே நினைவில் வருவதைத் தவிர்க்க முடியவில்லை.

இதற்கு முன்னர் தான் வைத்திருந்த தொழில்நுட்பக்குழுவை (மகேஷ் முத்துசுவாமி - சுந்தர்.சி.பாபு) அப்படியே கலைத்து விட்டு முழுக்கவும் புதியவர்களுடன் கைகோர்த்து இப்படத்தைத் தந்திருக்கிறார் மிஷ்கின். ஆனால், அவரது முந்தைய படங்களில் பார்த்த அதே மாதிரியான இசை ('நந்தலாலா' தவிர்த்து),

ஒளிப்பதிவு, படத்தொகுப்பு, கலை இயக்கம் எல்லாவற்றையும் பார்க்க முடிகிறது. அதே ஸ்டைல்; அதே பேட்டர்ன்; அதே மேஜிக். அர்த்தம் - அவை யாவும் அந்தக் கலைஞர்களுக்கு மட்டும் சொந்தமானதல்ல; எல்லாவற்றுக்குமே மிஷ்கினின் சிந்தனை அடிப்படையாக இருந்து இயங்கியிருக்கிறது.

வழக்கம்போல் ஒளிப்பதிவு (சத்யன்) அருமை, வழக்கம்போல் இசை (கே) அருமை, வழக்கம்போல் படத்தொகுப்பு (காகின்) அருமை, வழக்கம்போல் கலை இயக்கமும் (அமரன்) அருமை. 'சித்திரம் பேசுதடி', 'அஞ்சாதே'போல் இதிலும் சேரன் Nail-cutter-ஐ ஆயுதமாக்கிப் போடும் பிரிட்ஜ் சண்டை (ஆக்ஷன் பிரகாஷ்) பேசப்படும்.

சேரன் கச்சிதமாக அந்த சிபிசிஐடி அதிகாரி கதாபாத்திரத்திதுக்குப் பொருந்திப்போகிறார். அவருக்கு நடிப்பில் மிக முக்கியமான படமாக இது அமையும். படம் முழுக்க அவருக்கு உதவியாகசப்-இன்ஸபெக்டராக வரும் தீபா ஷா கை பிடித்திழுக்கிறார். ஜெயபிரகாஷ் நடிப்பைப் புகழ்ந்து அலுத்துவிட்டது. லட்சுமி ராமகிருஷ்ணனும், ஒய்.ஜி.மகேந்திரனும் நன்றாகச் செய்திருக் கிறார்கள்; அப்புறம் வேறு சில நடிகர்களும் (பெயர் தெரியவில்லை).

மிஷ்கின், இளையராஜாவின் குரலில் முயன்று பாடி அதில் வெற்றியும் பெற்றிருக்கிறார் (எந்தப் படம் என்று சொல்லாதமல் முதன்முறை என் மனைவிக்கு அந்தப் பாடலின் ஆரம்ப வரிகளைப் போட்டுக் காட்டியபோது 'இளையராஜாதானே!' என்றாள்). 'அஞ்சாதே'-வில் வரும் 'அச்சம் தவிர்'போல் இதிலும் மிஷ்கினின் குரலில் பாரதியின் புதிய ஆத்திச்சூடி வரிகளைக் கொண்ட ஒரு பாடல் உண்டு - 'வேதம் புதுமை செய்...'. 'அஞ்சாதே'-வில் இரு வார்த்தை ஆத்திச்சூடி வரிகள், இதில் மூன்று வார்த்தை ஆத்திச்சூடி வரிகள் என்பது மட்டும் வித்தியாசம். இவையெல்லாம் ஆடியோ கேஸட்டில் மட்டும் இருக்கின்றன. படத்தில் இப்பாடல்களின் இசை மட்டும் பின்னணி இசையாக சில இடங்களில் பயன்படுத்தப்பட்டுள்ளது. Box (Pandora) ஓர் அற்புதமான பின்னணி இசைக்கோர்வை.

நாவிலினித்துக்கொண்டிருக்கும் அக்காரவடிசலினூடே தட்டுப்படும் சிறுகல்போல் படத்தில் துருத்தி நின்று உறுத்தும் ஒரே விஷயம் 'கன்னித்தீவுப் பொண்ணா....' பாடல் மட்டுமே. எதிர்பார்த்தது போல் இருட்டடிப்புச் செய்துவிடாமல் இந்தப் பாடலில் சாரு நிவேதிதாவின் முழு உருவத்தை ஏழெட்டு விநாடிகளும்,

ஹார்மோனியம் வாசிக்கும் கை விரல்களை பாடல் முழுக்கவுமே ஆங்காங்கேயும் காட்டுகிறார்கள். டைட்டில் கார்டில்கூட அமீருடன் சேர்த்து சாருவுக்கும் நன்றி போடுகிறார்கள். அறம் பாடுதல் போலும்!

இது போக ஜே.கிருஷ்ணமூர்த்தியின் *Observer is the observed*, விக்டர் ஃப்ராங்கிள் எழுதிய *Man's Search for Meaning* என ஆங்காங்கே சில டிப்பிகல் மிஷ்கின்தனங்கள் தென்படுகின்றன. *Observer is the observed* பற்றி ஓஷோ தனது Osho Upanishad-ல் ஐந்து பக்கங்களுக்கு விளக்கம் அளிக்கிறார். தேவையும் பொறுமையும் ஒருசேர இருப்பவர்கள் வாசித்துத் தெளியலாம்.

சமீபத்தில் வந்த 'ஆடுகளம்' படத்தைவிட இது சிறந்த படமா என்று கேட்டால், இல்லைதான். சரி, 'நந்தலாலா' தவிர்த்து மிஷ்கினின் சிறந்த படம் இதுதானா என்று கேட்டாலும் பதில் இல்லைதான் ('அஞ்சாதே' இதைவிடச் சிறந்த படம்). அப்புறம் இதில் என்னதான் ஸ்பெஷல்? அது மிஷ்கின். அவரது இயக்கும் திறனை அணு அணுவாக இதில் ரசிக்கலாம். ஒரு கலைஞனாக இருந்தால் மட்டுமே அதை உணர முடியும். மற்றபடி படத்தின் வியாபார வெற்றியை சாதாரணர்கள் உறுதி செய்வார்கள். அதில் நான் தலையிடுவதேயில்லை.

முன்பொரு முறை மிஷ்கினை, 'அடுத்த மணிரத்னம்' எனக் குறிப்பிட்டிருந்ததை இப்போது வாபஸ் பெற்றுக்கொள்கிறேன். ஆம். மிஷ்கின், மணிரத்னத்தையும் தாண்டிப் போவார்.

(05, பிப்ரவரி 2011)

13

கட்டவிழும் மனித மனம் (நடுநிசி நாய்கள்)

கறுப்பு விதைகாட்டி
பிட்டி சிறுத்துக் குலுங்க,
வெட்கம் கெட்டுத்திரியும்
இந் நடுநிசி நாய்களுக்கு
ஓய்வில்லை;
உறக்கமும் ஓய்வாக இல்லை.

- பசுவய்யா ('நடுநிசிநாய்கள்', கசடதபற - மார்ச் 1973)

•

கவனிக்கவும்... படத்துக்கு 'ஏ' சான்றிதழ் வழங்கியிருக்கிறார்கள். நிச்சயம் இந்தப் படம் குழந்தைகளுக்கானது அல்ல. அதேபோல் படத்தின் Tag-line 'பலவீனமானவர்களுக்கு அல்ல' என்கிறது. அதனால் குடும்பத்துடன் பார்க்க முடியாத படம் என Cliché-வாகப் புலம்பும் திட்டத்திலிருப்பவர்கள் இந்த க்ஷணமே ஆட்டத்திலிருந்து விலகிக்கொள்ளலாம்.

'நடுநிசி நாய்கள்' - பிரமிள் என்ற தர்மு சிவராமுவை நோக்கி பசுவய்யா என்ற சுந்தர ராமசாமி எழுதிய ஒரு வசை கவிதையின் பெயர் இது. அந்தத் தலைப்பு இந்தப் படத்துக்கும், இது கொண்டுவர முயன்றிருக்கும் mood-க்கும் கச்சிதமாகப் பொருந்திப்போகிறது. Metaphor!

ஒரு வகையில் இதனை கௌதம் மேனனின் முதல் திரைப்படம் எனலாம் - எப்படி?

'மின்னலே', 'விண்ணைத் தாண்டி வருவாயா' போன்ற குப்பை களைக் கடாசிவிடுங்கள். 'பச்சைக்கிளி முத்துச்சரம்', 'வாரணம் ஆயிரம்' போன்ற குறைப்பிரசவங்களையும் விட்டுவிடலாம். 'காக்க காக்க', 'வேட்டையாடு விளையாடு' - இந்த இரண்டு படங்கள் மட்டும்தாம் கௌதமின் முக்கியமான படைப்புகள். கௌதம் சந்தேகமேயில்லாமல் Powerful executor. ஆனால், மிஷ்கின் போன்றவர்களிடம் காணக்கிடைக்கும் திரைக்கதை நுட்பம் என்பது அவருக்கு வாய்க்காமலேயே இருந்தது. இந்தப் படம் அக்குறையைத் தீர்த்திருக்கிறது.

ஒரு நடுநிசியில் ஒரு கடத்தல் மற்றும் சில கொலைகளுடன் தொடங்கும் படம் அதற்கான காரணங்களைத் தேடிப் பயணித்து சம்பவத் துணுக்குகளின் காட்சித் தொகுப்பாக விரிகிறது.

மிக நேர்த்தியாகக் கோர்க்கப்பட்ட திரைக்கதையை மகாத் துல்லியமாக இயக்கியிருக்கிறார் கௌதம் வாசுதேவ் மேனன். த்ரில்லர் என்பதை ஓர் உத்தியாகப் பயன்படுத்தியிருந்தாலும், அடிப்படையில் இது ஓர் உளவியல் படம். இதன் அதீதத் தன்மைகள், அப்பட்ட உண்மைகள் சிலருக்கு அசூயை / அச்சம் / அதிர்ச்சி ஊட்டுவதாக இருக்கலாம் - குறிப்பாகப் பெண்களுக்கு.

ஆண் குழந்தைகளும் கணிசமான அளவில் பாலியல் அத்துமீறல் களுக்கு ஆளாகிறார்கள் என்பதே படத்தின் நாதம் என்பதாக இறுதியில் சொல்கிறார்கள். ஆனால், அது 'விருமாண்டி' படத்தின் இறுதியில் வரும் தூக்குத் தண்டனைக்கு எதிரான பிரசாரம்போல, 'வாரணம் ஆயிரம்' படத்தில் மது, புகைக்கு எதிராகச் சொல்லப்படும் நீதிபோல் ஒட்டாமல் நிற்கிறது.

உண்மையில், 'நடுநிசி நாய்கள்' என்பது எதனைக் குறிக்கிறது? ஆழ் மனதின் இருட்டுப் பக்கங்களிலிருந்து வெளிப்படும் அபாய எண்ணங்களையே இது குறிக்கிறது என்பது என் அவதானிப்பு. மற்றபடி கதை முழுக்க நள்ளிரவில் நடக்கிறது, நாயகன் ஒரு நாய்போல் பெண்களைத் துரத்துகிறான் என்பதெல்லாம் குறியீடுகள் மட்டுமே. படத் தலைப்பு சம்மந்தமில்லாமல் போய் விடுமோ என்றஞ்சி நான்கு நாய்களை வேறு காட்டுகிறார்கள்.

ட்ரெய்லர்களில் இந்தப் படத்தை ஒரு த்ரில்லராகவே முன்வைக்கிறார்கள். அதனால் ஒரு சராசரி ரசிகனுக்குப் படத்தில்

திருப்பங்கள் நிறைய இல்லை, சஸ்பென்ஸ் அறவே இல்லை போன்ற புகார்கள் இருக்கும். சில மார்க்கெட்டிங் பிழைகள் நல்ல சரக்கின் வியாபார வெற்றியைக்கூட பறித்துவிட வல்லவை. ஜெயமோகன் சமீபத்தில் எழுதிய 'உலோகம்' என்ற நாவலை த்ரில்லர் என்று வகைமைப்படுத்தியிருப்பதைப்போன்றதுதான் இது.

படத்தின் திரைக்கதை பற்றி ஒரு பத்தியேனும் பேசியே ஆக வேண்டும். இந்தப் படத்தை உன்னிப்பாகப் பின்தொடரும் ஒரு பார்வையாளன் இதன் திரைக்கதையில் சில தர்க்கரீதியான குழப்பங்களைக் கண்டுகொள்ளவியலும். உண்மையில், அவை யாவும் நுண்மையாகத் திட்டமிட்டுக் கட்டமைக்கப்பட்டவையே. அதாவது, மனப்பிறழ்வுக்கு உள்ளான ஒருவனின் வாக்குமூலமே மொத்தத் திரைப்படமாக விரிகிறது என்பதனால் அவனது விவரிப்புகளில் ஒழுங்கற்ற முரண்களும், முழுமையற்ற தன்மையும் இருப்பது இயல்பே. அவ்வகையில் முக்கியத்துவம் பெறுகிறது கட்டுக்கோப்பற்ற இந்தத் திரைக்கதை.

கொலை செய்யும் முறை, ஆரம்பத்தில் சில காட்சிகள் போன்ற வற்றில் கொஞ்சமாக ஒருவித நாடகத்தனம் எட்டிப் பார்த்தாலும் இந்தப் படம் ஒட்டுமொத்தமாக நல்லதோர் யதார்த்தப் படைப் பாகவே நிற்கிறது. தந்தையே தன் மகனை பாலியல்ரீதியாகப் பயன்படுத்துவதாக இதில் காட்டப்படுகிறது.

அது ஓர் அதிர்ச்சி என்றாலும், நிதர்சனமும்கூட. கார்டியனான முப்பது வயதுப் பெண்ணுக்கும் பதிமூன்று வயது மைனர் சிறுவனுக்கும் நிகழும் முதல் உறவைக் காட்டும் பத்து நிமிடங்கள்தாம் படத்தில் வெளிப்பட்டிருக்கும் உச்சம். மிக நுணுக்கமாக ஓர் உக்கிரமான கவிதைபோல் அதைப் பதிவு செய்திருக்கிறார் கௌதம். அந்தக் காட்சியில் நடித்திருக்கும் ஸ்வப்னாவின் முகபாவங்கள் - Divine!

'நடுநிசி நாய்கள்' முழுக்கப் பெண்கள் மயம். அவர்களுள் ஸ்வப்னா ஆப்ரஹாம்தான் show-stopper. பாடகிகள் மேல் அப்படி என்னதான் வாஞ்சையோ கௌதமுக்கு - ('பச்சைக்கிளி முத்துச்சரம்' படத்தில் ஆண்ட்ரியாபோல்) இந்தப் படத்திலும் எங்கேயோ அல்லேலூயா பாடிக்கொண்டிருந்த ஸ்வப்னாவை பெண்ணாக இறுதியில் வரும் சமந்தாவும், 'கனாக்காணும் காலங்கள்' சீரியல் ப்ரியாவும் தேறுகிறார்கள்.

இவர்கள் எல்லோர் நடிப்பையும் புறந்தள்ளிவிட்டு அதகளம் பண்ணியிருப்பது பிரதானப் பாத்திரமேற்றிருக்கும் வீரா (முழுப்பெயர் வீரபாகு!) - முகபாவம், உடல்மொழி, குரல் என அனைத்திலும் மிரட்டியிருக்கிறார். தேவாவும் (ஏஸிபி) செவ்வனே பணிசெய்திருக்கிறார்.

பொதுவாக கௌதம் மேனனின் படங்களின் மேல் வைக்கப்படும் குற்றச்சாட்டு அவற்றில் அதிகமான ஆங்கில வசனங்கள் இருக்கின்றன என்பது. கிராமியப் படங்களில் வட்டார வழக்குகளை வசனங்களைப் பயன்படுத்துவதற்கு ஒப்பான செயலே இது. பிழையேதும் இதில் இருப்பதாக எனக்குத் தெரியவில்லை. கௌதம் சொல்ல எடுத்துக்கொள்வது எல்லாமே படித்த நகர்ப்புற உயர் நடுத்தர வர்க்கக் குடும்பங்களின் கதையை - தமிழ் சினிமாவில் கௌதம்தான் அவர்களை முதன்முதலாகப் பிரதி நிதித்துவப்படுத்தியவர்.

அவர்கள் ஆங்கிலத்தைத் தம் தினசரி வாழ்வின் ஓர் அங்கமாகவே பயன்படுத்துகிறவர்கள் -குறைந்தபட்சம் தம் மொழியறிவை தம்பட்டம் அடிக்கவாவது அவர்களது வாழ்வியலை யதார்த்தமாக காட்சிப்படுத்த முனையும்போது, அவர்களது சம்பாஷணைகளில் ஆங்கிலம் நுழைவது தவிர்க்கவே இயலாதது. இதை ஏற்றுக் கொள்ளாததற்கு ஒருவரின் ஆங்கிலக் குறையறிவின் விளைவான தாழ்வுணர்ச்சி தவிர வேறு காரணம் இருக்க முடியாது. தேவை யான, போதுமான, நிறைவான ஆங்கில வசனங்கள் இந்தப் படத்திலும் இருக்கின்றன.

இந்தப் படத்தின் ஒளிப்பதிவில் சில உச்சங்கள் நிகழ்ந்தேறி இருக்கின்றன. 'ஈரம்' படத்துக்குப் பின் மனோஜ் பரம்ஹம்சாவுக்கு இது அடுத்த கட்டம் ('விண்ணைத் தாண்டி வருவாயா' படத்தில் சாத்தியப்பட்டிருப்பது வழக்கமான feel-good ஒளிப்பதிவு மட்டுமே). காட்சிகளின் துரித நகர்ச்சியில் பின்னணி இசை இல்லையென்பதே எவ்விடத்தும் உறைப்பதில்லை.

முன்பே பலபடங்களில் சில இடங்களில் இளையராஜா இதுபோல் எந்தப் பின்னணி இசையும் சேர்க்காமல் காட்சிகளை வலுப்படுத்தியிருக்கிறார். அவற்றில் இசையைக் காட்டிலும் மௌனம் உரத்துப் பேசியிருக்கிறது. என்றாலும், அந்த மௌனமும் பின்னணி இசையின் ஒரு பகுதியாகவே பாவிக்கப்படுகிறது. தவிர அந்த treatment படத்தின் சில காட்சிகளுக்குத்தானே ஒழிய முழுப்படத்துக்கும் அப்படிச் செய்ததில்லை. அந்த வகையில்

பின்னணி இசையே இல்லாத முதல் தமிழ் சினிமா என்ற தகுதியைப் பெறுகிறது 'ந.நி.நா' ஆண்டனியும் கவனிக்க வைக்கிறார். ராஜீவன் மற்றும் நளினி ஸ்ரீராம் - உள்ளேன் ஐயா!

குறைகளும் இருக்கவே செய்கின்றன. முதன்மையாக மூலக்கதை மற்றும் காட்சிகள் ஏற்கெனவே பல படங்களில் நாம் பார்த்தவையே - குறைந்தபட்சம் பத்துப் படங்களேனும் நினைவுக்கு வருகின்றன. பாலியல் சுரண்டலால் இளவயதில் பாதிக்கப்படுதல் - 'சிவப்பு ரோஜாக்கள்', 'மூடுபனி.' விரும்பும் பெண்ணைக் கடத்தி வந்து வற்புறுத்துதல் - 'குணா', 'காதல் கொண்டேன்.' பெண்கள் கடத்திவைக்கப்பட்டிருக்கும் புறச்சூழ்நிலை - 'செல்லமே', 'சத்தம் போடாதே.' கடத்திய பெண்களைக் கொடூரமாகக் கொல்லுதல் - 'வேட்டையாடு விளையாடு', 'மன்மதன்.' பன்னாளுமை மனச்சிதைவுக் காட்சிகள் - 'அந்நியன்', 'சந்திரமுகி.' இல்லாத வரை இருப்பதாக பாவித்தல் - 'கண்களால் கைது செய்', 'குடைக்குள் மழை.'

தவிர, இணையத்தில் பரவலாக் உலவிவரும் இன்னொரு செய்தி இந்தப் படம் ஆல்ஃப்ரெட் ஹிட்ச்காக் இயக்கிய 'Psycho' *(1960)* படத்தின் தழுவல் என. ஓரளவுக்கு - ஆம். கதையின் அடிப்படை முடிச்சை அதிலிருந்துதான் எடுத்திருக்கிறார்கள்.

'நடுநிசி நாய்கள்' படத்தின் முக்கிய விஷயம் இதில் காட்சிகளாகி யிருக்கும் மனப்பிறழ்வு. நவீனத் தமிழிலக்கியத்திலும்கூட நகுலன், கோபிகிருஷ்ணன், சாரு நிவேதிதா என வெகு சிலருக்கே மனப்பிறழ்வைப் பிரதிபலிப்பது என்பது சாத்தியமாகி யிருக்கிறது. சுஜாதா 'ஆ..!', 'பாலம்', 'விளிம்பு' போன்ற சில புனைவுகளில் இதை முயன்றிருக்கிறார். திரையில் இதற்கு முன் கமல்ஹாசனின் 'ஆளவந்தான்' முக்கியமானதொரு முயற்சி. இப்போது 'நடுநிசி நாய்கள்.'

தமிழின் வேறெந்தப் படத்திலும் இதுவரை எடுக்கப்பட்டிருக்கும் மனப்பிறழ்வுக் காட்சிகளைவிடவும் இந்தப் படத்தினுடையவை வலுவானதாகவும், நேர்மையானதாகவும், உண்மைக்கு வெகு அருகில் இருப்பதாகவும் படுகின்றன. போலவே படத்தில் சில கலாசார மதிப்பீடுகள் கலைக்கப்பட்டிருக்கின்றன. பூரண நிர்வாணக்கோலம் பூண்டிருக்கிறது நிஜம் - குற்ற உணர்ச்சியோ, பாசாங்கோ இல்லாத நனி நெஞ்சம் மட்டுமே உணரக்கூடிய புனிதம் அது.

உண்மையில் சமர் என்ற வீரா என்ற அந்தக் கதாபாத்திரத்தை ஒருவர் முழுமையாக உள்வாங்கிக்கொள்ள நேரான மனமும், கூரான புத்தியும் தேவை. அப்படி விளங்கிக்கொள்ள முடிகிறதெனில், அவரால் இச்சமூகத்துக்கு எந்தத் தீங்கும் இல்லை என்றாகிறது. இல்லையெனில், அவரும் சமர் என்ற வீராபோல் ஒரு சைக்கோதான். உறங்கும் மிருகம்!

(விளம்பரம் (கனடா) - 01, மார்ச் 2011 இதழில் வெளியானது)

14

பாலாவின் COME-BACK (அவன் இவன்)

‘ஆரண்ய காண்டம்’ படத்துக்குத்தான் விமர்சனப் பதிவு எழுதுவதாக ஆரம்பத்தில் திட்டம். ஆனால், ‘அவன் இவன்’ படம் பற்றிய என் ஒற்றை ட்விட்டுக்கு (Bala at his best... S.Ra at his best... Avan Ivan rocks...) வந்த பரவலான எதிர்வினைகள் திட்டத்தை திசைதிருப்பிவிட்டன. ஆனால், குறையொன்றுமில்லை.

‘ஆரண்ய காண்டம்’ பற்றி நான் சொல்ல நினைத்திருந்த கிட்டத் தட்ட அனைத்து விஷயங்களைப் பற்றியும் பதிவுலகமே ஒன்று கூடிக் கொண்டாடித் தீர்த்துவிட்டது. போதாததற்கு சாரு நிவேதிதா வேறு ஜூலை மாத ‘உயிர்மை’யில் பாராட்ட விருப்பதாகத் தெரிகிறது. அதன் வியாபார வெற்றி பற்றித் தெளிவில்லை. ஆனால், அதைவிட ஆக முக்கியச் சங்கதி யொன்று உண்டு - அது தமிழகத்தில் அறிவுஜீவிகளென அறியப் படுபவர்கள் மத்தியில் படத்தைப் பற்றிய மதிப்பீடு. இந்த விஷயத்தில் ‘ஆரண்ய காண்டம்’ ஏகோபித்த ஆதரவைப் பெற்று நல்ல போஷாக்கான குழந்தையாகத்தான் வலம்வருகிறது.

பாவம், ‘அவன் இவன்’தான் கவனிப்பாரற்றுக் கிடக்கும் சவலைப்பிள்ளை.

இன்னொரு விஷயத்தையும் சொல்லிவிடுகிறேன். ‘அவன் இவன்’ படத்தை நான் எதிர்மறை எதிர்பார்ப்பினோடுதான்

அணுகினேன். பத்து வருடங்களுக்கு முன்னர் அவர் எடுத்த இரண்டு நல்ல படங்களை மனதில்கொண்டு பாலா படம் பார்ப்பது ஒரு கடமைபோல் என்ற அளவிலான மதிப்பையே அதற்களித்து பார்க்கச் சென்றேன்.

அதற்கு மூன்று முக்கியக் காராணங்கள்... தனது கடைசி இரண்டு படங்களிலும் தான் எவ்வளவு மோசமானதொரு திரைக்கதை யாளன் என்பதைத் தொடர்ந்து நிரூபித்தவர் பாலா என்பது முதலாவது. 'உன்னாலே உன்னாலே' தவிர இதுகாறும் வேறு எந்தத் திரைப்படத்திலும் சொல்லிக்கொள்ளும்படியான வசனங்களே எழுதியிராதவர் எஸ்.ராமகிருஷ்ணன் என்பது இரண்டாவது. மூன்றாவதும் முக்கியமானதும் கடைசியுமானது, பொதுவாக பாலா படங்களின் உயிர்நாடியான இளையராஜா இந்தப் படத்தில் பணியாற்றவில்லை என்பது. இதில் முதலிரண்டு காரணங்களைப் பற்றியும் என் எண்ணத்தை மாற்றிவிட்டது 'அவன் இவன்.'

'அவன் இவன்' படம் ஏன் எனக்குப் பிடித்திருக்கிறது? பார்க்கலாம்.

இரண்டு முக்கிய விஷயங்களுக்காக 'அவன் இவன்' படத்தை நான் கடுமையாக (ஆம், கடுமையாக!) ஆதரிக்கிறேன். ஒன்று, தமிழ் சினிமா நகைச்சுவையில் இது ஒரு முக்கியமான மற்றும் புதுமையான வகைமை. மற்றொன்று, தென்தமிழகத்தில் வாழும் குற்றப்பரம்பரை இனத்தவரில் இன்னமும் தம் முன்னோர் செய்த திருட்டுத் தொழிலைத் தொடரவிழையும் சிலரைப் பற்றிய நெருக்கமான பதிவாக ஓர் ஆவணம்போல் இருக்கும் காட்சியமைப்புகளும், வசனங்களும்.

தமிழ் சினிமாவில் இதுவரை குறிப்பிட்ட சில வகை நகைச்சுவை களையே திரும்பத் திரும்பச் செய்திருக்கிறார்கள். நாகேஷ், வடிவேலு போன்றவர்களின் உடல்மொழி சார்ந்த நகைச்சுவையை Physical comedy என வகைப்படுத்தலாம். என்.எஸ்.கே., விவேக் போன்றவர்களின் சிந்தனையைத் தூண்டும் நகைச்சுவையை Observational comedy என வகைப்படுத்தலாம். கவுண்டமணி, சந்தானம் வகை வசவுகள் கொண்ட நகைச்சுவையை Insult comedy என வகைப்படுத்தலாம்.

கமல்ஹாசன், கிரேஸி மோகன் கூட்டணியின் வசன அடிப்படை யிலான நகைச்சுவையை Witty comedy என வகைப்படுத்தலாம். பாலச்சந்தர், பாக்யராஜ் போன்றோர் படங்களில் வரும்

பாத்திரவியல்பை ஒட்டிய நகைச்சுவையை Character comedy என வகைப்படுத்தலாம். சிம்புதேவன், வெங்கட்பிரபு போன்றவர்களின் படங்களில் வரும் நையாண்டி நகைச்சுவையை Spoof comedy என வகைப்படுத்தலாம். 'சோ' ராமசாமி படங்களில் வரும் சமத்துவம் குறித்த அங்கதத்தை Topical comedy என வகைப்படுத்தலாம்.

இவை எல்லாவற்றுக்கும் ஒரு முக்கிய ஒற்றுமை இருக்கிறது. அது, இவை எல்லாமே வாய்விட்டுச் சிரிக்கவைப்பவை - குறைந்தபட்சம் ஒரு புன்னகை உத்திரவாதம். சிரிப்பையோ புன்னகையையோ வரவழைக்காத ஆனால், அபாரமான நகைச்சுவை வகைகள் சில உள்ளன - Black comedy, Blue comedy போன்றவை.

இவற்றில் Black comedy என்ற வகையில் இருட்டுத் தொழில்கள் சார்ந்த நகைச்சுவையைக்கொண்ட புஷ்கர் - காயத்ரியின் 'ஓரம்போ', 'வ குவாட்டர் கட்டிங், செல்வராகவனின் 'புதுப்பேட்டை', தியாகராஜன் குமாரராஜாவின் 'ஆரண்ய காண்டம்' ஆகிய படங்களைச் சொல்லலாம். ஆனால், எனக்குத் தெரிந்து தமிழில் Blue comedy என்பதே இதுவரை இல்லை. அந்த வகையிலான முதல் படம் 'அவன் இவன்.'

பாலியல் சார்ந்த, இனவியல் சார்ந்த, வக்கிரமான, அருவருப்பான ஆனால் சுவாரஸ்யமான, ரசிக்கத்தக்க நகைச்சுவையே Blue comedy என்பதாக அடியேன் புரிதல். 'அவன் இவன்' படத்தின் முதல் இரண்டு மணி நேரம் இந்த வரையரைக்குள் கனகச்சிமாகப் பொருந்திப் போகிறது (கடைசி அரை மணி டிபிக்கல் பாலா படம்).

அடுத்ததாகச் சொல்லவேண்டியவை எஸ்.ராமகிருஷ்ணனின் வசனங்கள். குறிப்பிட்ட இனத்தாரின் வாட்டார வழக்கு தேவையான அளவு மிகை பூசிக்கொண்டு மிகச் சிறப்பாக வெளிப்பட்டிருக்கிறது. மேற்குறிப்பிட்ட நீல நகைச்சுவை, காட்சிக்குக் காட்சி படத்தில் பொங்கிவழிகிறது.

இந்த வகை Blue comedy படங்களில் கெட்டவார்த்தைகள் சகஜம். 'அவன் இவன்' படத்திலும் 'பீ, குண்டி, குஞ்சு, மூத்திரம்' போன்ற வார்த்தைகளை அள்ளித் தெளித்திருக்கிறார். ஒரு தீவிர இலக்கிய எழுத்தாளனாலேயே தன் இமேஜ் களைந்து கதாபாத்திரத்துள் புகுந்து அவன் மொழி பேசவியலும். எஸ்.ரா முதன்முறையாக அப்படிப் பேசியிருக்கிறார். எப்படி ஜெயமோகனின் ஆகச் சிறந்த

வசனங்கள்கொண்ட திரைப்படம் 'நான் கடவுளோ', அப்படி எஸ்.ராமகிருஷ்ணனின் ஆகச் சிறந்த வசனங்கள்கொண்ட திரைப்படம் 'அவன் இவன்.'

பாலா படத்தில் நடிகர்களைப் பற்றிப் பேசாமலிருக்க முடியுமா? 'அவன் இவன்' இருவரையும்விட படத்தில் மிகச் சிறப்பாக நடித்திருப்பவர் 'ஹைனஸாக' வரும் ஜி.எம்.குமார். வாழ்ந்து கெட்ட ஜமீன்தாராக வரும் இவர் பின்னியிருக்கிறார். (இதே போல் 'ஆரண்ய காண்ட'த்திலும் வா.கெ.ஐ. ஆக வரும் சோமசுந்தரம் பெடலெடுத்திருக்கிறார்). மேடையில், நவரசங் களையும் காட்டும் காட்சி ஒன்றைத் தவிர மற்ற எல்லா காட்சிகளிலும் சோபிக்கிறார் விஷால். (அவர் நவரசங்களையும் காட்டும் அந்த திராபைக் காட்சியில் அவரைவிட ஜொலிப்பவர் அதைப் பார்த்து வியந்து தன் முகபாவங்களை மாற்றியபடி இருக்கும் சூர்யா. என்ன கலைஞனய்யா அவன்!). ஆர்யாவுக்கான ஒரே ஆறுதல் 'நான் கடவுளை'விட இதில் நடிக்க வாய்ப்பு அதிகம் என்பது மட்டுமே. அதைச் சரியாகச் செய்திருக்கிறார். மற்றபடி 'அவனை'க்காட்டிலும் 'இவன்' சற்று கம்மிதான்.

நாயகிகளில் (அவள் இவள்?) ஜனனி ஐயர் அழகு, அழகு, அழகு (நல்லவேளை, லைலா ஃபீல்டில் இருந்திருந்தால், அவரை இந்தக் கதாபாத்திரத்தில் போட்டு நம் உயிரை வாங்கியிருப்பார் பாலா). கான்ஸ்டபிள் பேபியாக போலீஸ் யூனிஃபார்மில் ஜனனி நடந்து வரும்போது நமக்கே அவரது பிருஷ்ட சதை பற்றிக் குறைப்பட்டுக்கொள்ளத் தோன்றுகிறது (பாலா / எஸ்ரா கச்சித மாக கவனித்து வசனம் வைத்திருக்கிறார்கள்). அம்மாக்களாக அம்பிகாவும் பிரபாவும் கவர்கிறார்கள்.

இரண்டு நாயகநாயகிகள் இருந்தும், உச்சக்காட்சியில் யாரும் சேதாரமாகாமல் பிழைக்கிறார்கள் - அந்த வகையிலான பாலாவின் முதல் படம் இது (நாயகன் அல்லது நாயகி யாராவது இறுதிக்காட்சியில் சாக வேண்டுமே அவருக்கு!). நகைச்சுவைப் படம் என்பதால், அது கோரும் சுப முடிவு காரணமாக இருக்கலாம்.

பாலா என்ற மிகச் சிறந்த இயக்குநரின் முத்திரை அழுத்தமாகப் பதிந்திருக்கிறது இந்தத் திரைப்படத்தில் (ஆர்யாவின் செயலால் ஹைனஸ் அழுது புலம்பியதை ஹைனஸ், ஆர்யா உள்பட எல்லோருக்கும் விஷால் நடித்துக்காட்டும் காட்சி ஓர் உதாரணம்). தவிர, தன் கடைசி இரண்டு படங்களின் திரைக்கதைப்

பற்றாக்குறையை இந்தப் படத்தில் சரிசெய்திருக்கிறார் பாலா. கடைசி அரை மணி நேரத்தில் திடீர் வில்லன் முளைக்கிறார் என்பதைத் தவிர திரைக்கதை மிகச் சீராகவே பிரயாணிக்கிறது. 'அவன் இவன்' மட்டுமல்லாது யுவன்கூடத் தன் பங்களிப்பைச் சரியாகவே செய்திருக்கிறார். ஆர்தர் ஏ.வில்சன் வழமைபோல்.

நல்ல திரைப்படம் என்ற அடிப்படையில் பாலா படங்களின் வரிசை:

சேது । நந்தா । அவன் இவன் । பிதாமகன் । நான் கடவுள்

சிறந்த இயக்கம் என்ற அடிப்படையில் பாலா படங்களின் வரிசை:

பிதாமகன் । நான் கடவுள் । அவன் இவன் । சேது । நந்தா

அதாவது, கடந்த தசாப்தத்தில் பாலா எடுத்திருக்கும் சிறந்த படம் இது. தமிழில் மாற்று சினிமா எடுப்பதற்கான போட்டியில்தான் இன்னும் களத்தில் இருக்கிறேன் என்பதற்கான இயக்குநர் பாலாவின் பலமான அறைகூவல் 'அவன் இவன்.'

பின்குறிப்பு:

படம் நிறையப்பேருக்கு (யாருக்குமே?) பிடிக்கவில்லை என்பதாகத் தெரிகிறது. அவர்களுக்கெல்லாம் என் சுருக்கமான பதில் மற்றுமொரு முறை படத்தைப் பாருங்கள் என்பதே. 'குணா'வை நிராகரித்தோம், பின் பத்து வருடங்கள் கழித்துக் கொண்டாடினோம். என் அக்கறையெல்லாம் அதுபோல் ஆகிவிடக்கூடாது 'அவன் இவன்' என்பதுதான். 'பையா', 'பசங்க' போன்ற குப்பைகளை ஊரே கொண்டாடியபோது எனக்கு அவை பிடிக்கவில்லை என்பதைச் சொல்லத் தயங்கவில்லை. அதே போல் 'நடுநிசி நாய்கள்', 'அவன் இவன்' போன்ற மாணிக்கங் களை ஊரே காறியுமிழும்போது எனக்கு அவை பிடித்திருக்கின்றன என்பதைச் சொல்லாமல் இருக்கவியலாது. கோவணாண்டிகளின் ஊரில் வேஷ்டி உடுத்தத் தெரிந்தும் தயங்குபவன் உண்மையில் அவர்களுக்கு மாபெரும் சமூகத் தீங்கிழைக்கிறான்.

(19, ஜூன் 2011)

15

பஞ்ச இந்தியும் இந்திப் பஞ்சமும் (5 Hindi Movies)

கடந்த இரண்டு மாதங்களில் நான் பார்த்திருக்கும் இந்தித் திரைப்படங்களின் எண்ணிக்கை மட்டும் ஐந்து. ஆடிக்கொரு முறை அமாவாசைக்கொரு முறை பரங்கி பாஷைப் படம் பார்க்கும் என் மாதிரியான குண்டுச்சட்டிக் குதிரைக்கு இந்த Frequency அபூர்வம். ஆங்கிலமென்றால்கூடப் பரவாயில்லை - தட்டுத் தடுமாறி வசனங்களூறுதல் சாத்தியம். இந்திப் படமென்றால் படுசுத்தம் - குருடன் யானையைத் தடவிப் பார்த்த கதைதான்.

ஆனால், நான் இதுகாறும் பார்த்த இந்திப் படங்கள் எல்லாவற்றையும் எனக்குத் தெரிந்த சொற்ப இந்தியைக்கொண்டு 75% - 80% வரை புரிந்துகொள்ள முடிகிறது என்றே சொல்வேன். இதில் ஒரு பாதி Contextual understanding பலத்தில். அடுத்து, இன்றைய தேதியில் வெளியாகும் கணிசமான இந்திப் படங்களில் பாதிக்குப் பாதி ஆங்கில வசனங்கள் இருக்கின்றன (அந்த வகையில் பாலிவுட்டில் எல்லா இயக்குநர்களுமே கௌதம் மேனன்தான்!). இந்த விஷயம் எனது Linguistic constipation-ஐ மேலும் இளக்கி லகுவாக்குகிறது. தவிர, இதற்கெல்லாம் பின்குறிப்பாக நானும் எட்டாம் பாரம் வரையில் பள்ளியில் இந்தி பயின்றவன். 'ஏக் காவ் மே ஏக் கிஸான் ரஹ்தா தா' என்பதுவரை துல்லியமாகப் புரியும். இந்த ஐந்தும்கூட அப்படித்தான்.

இதில் முக்கியமான சுவாரஸ்யமே இந்தப் படங்கள் ஒவ்வொன்றையும் நான் பார்த்தது வெவ்வேறு காரணங்களுக்காக.

1. Buddah Hoga Terra Baap

இந்தப் படம் பார்த்தது அமிதாப் பச்சனுக்காக. நீண்டநாள் கழித்து அமிதாப் ஆக்ஷன் ஹீரோவாக நடித்திருக்கும் படம் (படத்தின் இறுதியில் 'A tribute to the 80s angry young man' என்று கார்டு போடுகிறார்கள்). அமிதாப் பச்சன் பட்டையைக் கிளப்பி யிருக்கிறார் (Harley&Davidson பைக்கில் அவர் வரும் காட்சியில் மானசீகமாக விசில் போட்டேன்). பல இடங்களில் அவரது Body language (இப்போதைய) ரஜினியை ஞாபகப்படுத்துகிறது. இயக்கம் பூரி ஜகந்நாத் (தெலுங்கு ஒரிஜினல் 'போக்கிரி' படத்தின் இயக்குநர்). வழக்கமான மசாலா திரைக்கதைதான் - 'போக்கிரி' + 'ஆதவன்' படங்களை, கதைகளை mix-n-match செய்து வந்திருக்கிறது. அமிதாப்தான் வித்தியாசம். ஹேமமாலினி இன்னமும் அழகாகயிருக்கிறார். அவருக்கும் அமிதாப்புக்குமான ரொமான்ஸ் பாடலான Haal-E-Dil மனதை அள்ளுகிறது - போலவே, அமிதாப்பின் கம்பீரக் குரலில் ஒலிக்கும் டைட்டில் சாங்கும் (இசை: விஷால் - சேகர்). ரவீணா டாண்டனும், சார்மி கௌரும் அவ்வப்போது மின்னலடிக்கிறார்கள். படத்தின் வில்லன் பிரகாஷ் ராஜ். அமிதாப்புக்காக இன்னொரு முறை பார்க்க விரும்புகிறேன்.

2. Singham

இந்தப் படம் பார்த்தது ஓர் ஒப்பீட்டுக்காக. தமிழில் வந்த 'சிங்கம்' படத்தின் மறு ஆக்கமே இந்தப் படம். தமிழ் வெர்ஷன்தான் எனக்கு உசத்தியாகத் தெரிகிறது (சில சண்டைக் காட்சிகள் மட்டும் விதிவிலக்கு). திரைக்கதையில் சில அசட்டுத்தன மாற்றங்கள் செய்து சொதப்பியிருக்கிறார்கள் (மிக முக்கியமாக க்ளைமாக்ஸில் காமெடி பண்ணியிருக்கிறார்கள்). பூஞ்சையான அஜய் தேவ்கனை நம் கம்பீர சூர்யாவோடு ஒப்பிடும்போது பரிதாபமாகத் தெரிகிறார். போலவே அனுஷ்கா ஷெட்டியுடன் ஒப்பிடும்போது காஜல் அகர்வாலும். பிரகாஷ் ராஜ் இரண்டிலும் பொது. இந்தியில் முக்கியமான நடிகராக பிரகாஷ் ராஜ் வளர்ந்துவருகிறார். இயக்கம் ரோஹித் ஷெட்டி ('கோல் மால்' படங்களை இயக்கியவர்). பத்தாண்டுகளாக இந்தி சினிமா ரசிகர்கள் மறந்திருந்த மசாலா சினிமாவை நம் தமிழ் இயக்குநர்கள்தான் அவர்களுக்கு மறு

அறிமுகம் செய்துகொண்டிருக்கிறார்கள் - முன்பு Wanted (பிரபு தேவா), அப்புறம் Ghajini (முருகதாஸ்), இப்போது Singham மூலம் ஹரி.

3. Aarakshan

'ஆரக்ஷன்' என்றால் இந்தியில் 'இடஒதுக்கீடு' என்று அர்த்தம். இந்தப் படத்தை நான் பார்க்கக் காரணம் அந்தத் தலைப்புதான். இட ஒதுக்கீட்டுக் கொள்கை பற்றிய படம் என்று வந்த செய்திகள்தாம் First hook. இட ஒதுக்கீடு பற்றிய சர்ச்சைக்குரிய கருத்துகளைக்கொண்டது எனச் சொல்லி உத்தரப்பிரதேசம், ஆந்திரப் பிரதேசம், பஞ்சாப் ஆகிய மாநிலங்களில் தடை செய்யப் பட்ட அந்த இரவில்தான் அடக்க மாட்டாமல் படத்துக்குச் சென்றேன். ஏமாற்றமே. படம் மேலோட்டமாக 2008-ம் ஆண்டில் உச்ச நீதிமன்றம் பிற்படுத்தப்பட்ட வகுப்பினருக்கு உயர் கல்வி நிறுவனங்களில் இட ஒதுக்கீட்டை அமல்படுத்தித் தீர்ப்பளித்த போது நிகழ்ந்த சம்பவங்களை ஒட்டியது என்றாலும், முழுக்க முழுக்க அதைப் பற்றியதல்ல. இடைவேளை வரை படம் இட ஒதுக்கீடு பற்றிப் பேசுகிறது. பின் தடம் மாறி (புரண்டு?) உயர் நிலைப்பள்ளி மாணவர்களிடம் அதிகக் காசு பிடுங்கி நடத்தப்படும் நகர்ப்புற கோச்சிங் கிளாஸ் கலாசாரத்தைப் பற்றியாகிவிடுகிறது. இட ஒதுக்கீட்டினால் பயன் பெறுபவர்களுக்கும், அதனால் இழக்கிறார்கள் எனச் சொல்லப்படுபவர்களுக்கும் இடையில் நடைபெறும் விவாதங்கள் முதல் பகுதியில் இருக்கின்ற தென்றாலும், அவை மிகவும் மேலோட்டமானவை. அமிதாப்புக்கு அல்வா மாதிரி பாத்திரம். வழக்கம்போல் நிறைவாகச் செய்திருக்கிறார். இட ஒதுக்கீடு பற்றி படத்தில் அவரது பாத்திரம் கொண்டிருக்கும் தெளிவு முக்கியமானது. படத்தின் ஹீரோ அவர் என்பதால், அதே நிலைப்பாடுதான் இயக்குநர் பிரகாஷ் ஜாவுக்கும் என்று வைத்துக்கொண்டால் இது இட ஒதுக்கீட்டுக்கு ஆதாரவான படம்தான். படத்தில் குறிப்பிட்டுச் சொல்லும்படியான நடிப்பு சைஃப் அலி கானுடையது. மிக மிக அசத்தலாக ஒரு தலித் கதாபாத்திரத்தில் கலக்கியிருக்கிறார். மற்றொரு முக்கிய பெர்ஃபாமன்ஸ் வில்லனாக வரும் மனோஜ் பாஜ்பாயினுடையது. தீபிகா படுகோனுக்கெல்லாம் நடிப்பு வராது என்று இன்னமும் எத்தனை படங்களில்தான் நீரூபித்துக்கொண்டிருப்பார்கள்! கடைசிக் காட்சியில் துறவி என்ற பெயரில் பிச்சைக்காரி மாதிரி வந்து நிற்கிறார் ஹேம மாலினி. இரண்டாம் பாதி ஒரு

சென்டிமென்ட்டல் மசாலா படம்தான். சுமாரான படம் எனக் கொள்ளலாம்.

4. Not A Love Story

படம் பார்த்தது ராம்கோபால் வர்மாவுக்காக. இந்தப் படம் 2008-ம் ஆண்டு நடந்த பிரபலமான நீரஜ் க்ரோவர் கொலை வழக்கை அடிப்படையாகக்கொண்டது. குறிப்பாகச் சொன்னால், அந்தக் கொலையில் தொடர்புடைய கன்னட நடிகை மரியா சூசைராஜ் மற்றும் அவரது காதலர் ஜெரோம் மேத்யூ பற்றியது. மிக நன்றாகப் பதிவுசெய்திருக்கிறார் வர்மா என்றே தோன்றுகிறது. ஒரு கொலை நடக்கும் சூழ்நிலை, கொலையாளிகளின் அதற்குப் பிந்தைய உணர்வுகள் ஆகியவற்றை மிகையேயின்றி மிகத் துல்லியமாகக் காட்சிப்படுத்தியிருக்கிறார். கொலை செய்யப் பட்ட பிணத்தை ரத்த சகதியாகப் பக்கத்து அறையில் போட்டு வைத்துக்கொண்டு நிதானமாக சம்போகம் செய்கிறார்கள். ராம்கோபால் வர்மா தொடுகை (அதாங்க, 'டச்'!). ரசிக்க முடிகிறது. ஒரு வகையில் இதனை ஓர் உளவியல் படமாகவும் கொள்ளவேண்டியிருக்கிறது. (போலீஸ் விசாரணை செய்யும் பகுதி மட்டும் சட்டென முடிந்துவிடுவதைத் தவிர்த்துப் பார்த்தால்) இதன் திரைக்கதை உண்மைச் சம்பவங்களை சுவாரஸ்யமாகப் படமாக்க நினைப்பவர்களுக்கு ஒரு முக்கியமான பாடம். கதாநாயகி மாஹி கில் ஓர் அற்புதம். கம்பீரமான அழகுடன் நடிப்பில் பின்னியிருக்கிறார் (குறிப்பாக பக்கத்து அறையில் அவரது காதலன் கொலை செய்த ஆசாமியின் உடலைத் துண்டு துண்டாக வெட்டும் சத்தத்தைச் சகிக்க முடியாமல் அவர் காட்டும் முகபாவங்கள், அடடா!). அவரது காதலனாக வரும் தீபக் தோப்ரியலும் நன்றாகச் செய்திருக்கிறார். இன்னொரு முக்கிய மான நடிப்பு போலீஸ் விசாரணை அதிகாரியாக வரும் ஜாகீர் ஹுசைனுடையது. இந்தப் படம் வழக்கமான சினிமா கேமராவால் எடுக்கப்பட்டதல்ல. Canon EOS 5D Mark II என்ற டிஜிட்டல் SLR கேமெரா கொண்டு எடுத்திருக்கிறார்கள். அடிப்படையில் அது ஒரு ஸ்டில் கேமரா. அதன் High Definition வீடியோ ரெக்கார்டிங் வசதியைக் கொண்டு படத்தை எடுத்திருக் கிறார்கள். ஒரு பத்து செகண்ட் காட்சியை ஐஃபோன் 4 கொண்டு கூட எடுத்திருக்கிறார்கள் (மும்பையின் ஹைஃபர் சிட்டி மாலில் மாஹி கில் ஷாப்பிங் செய்யும் காட்சி). CCTV கேமராவில் பதிவான காட்சிபோல் (பொருத்தமாகவும்) இருக்கிறது. அந்த வகையில் இந்தப் படம் ஒளிப்பதிவில் ஒரு முக்கியமான

சோதனை முயற்சி. நிறைவான உணர்வைத் தந்த படம். நான் பார்த்த ஐந்தில் சிறந்ததும் இதுதான்.

5. That Girl in Yellow Boots

இந்தப் படம் பார்த்தது சாருவுக்காக. இயக்குநர் அனுராக் காஷ்யப்பின் முந்தையப் படங்களான Dev.D, Gulaal போன்ற வற்றை அவர் தன் விமர்சனங்களில் மிகவும் புகழ்ந்திருந்ததுதான் காரணம். NFDC உதவியுடன் அனுராக் காஷ்யபே சொந்தமாகக் குறைந்த முதலீட்டில் தயாரித்திருக்கும் படம். Mature Content - Viewer Discretion Advised என்று விளம்பரங்களிலேயே போடுறார்கள். அப்படிப்பட்ட ஒரு கதைதான். ஆனால், ஆங்காங்கே தினமும் நடந்துகொண்டிருக்கும் கதை. 1980-ம் ஆண்டில் கல்கி வார இதழில் அந்நாளில் நடிகையாகயிருந்த ஜெயலலிதா எழுதிய 'உறவின் கைதிகள்' என்ற தொடர்கதையின் அதே க்ளைமாக்ஸ் அதிர்ச்சிதான் இந்தப் படத்தின் க்ளைமேக்ஸிலும். ஆச்சர்யகரமாக இந்தப் படத்தின் (உப) திரைக்கதையை எழுதியதும் ஒரு நடிகைதான். அது, படத்தின் நாயகி கல்கி கொச்சலின் - இவர் அனுராக் காஷ்யப்பின் மனைவியும்கூட. தன் தந்தையைத் தேடி மும்பை வரும் ஒரு லண்டன் பெண்ணைப் பற்றியது படம். இங்கு வொர்க் பெர்மிட் இல்லாமல் தினசரி வயிற்றுப்பாட்டுக்கு ஒரு மசாஜ் பார்லரில் வேலைக்குச் சேரும் அவள் வரும் வாடிக்கையாளர்களுக்கு மசாஜோடு ஒரு Happy Ending-ம் தரவேண்டியிருக்கிறது. அங்கு பார்வையாளருக்கு ஆரம்பிக்கும் அதிர்ச்சி, படத்தின் க்ளைமேக்ஸ் வரை தொடர்கிறது. ஊடகங்களில் இந்தப் படத்தை ஒரு த்ரில்லராகவே அடையாளப்படுத்துகிறார்கள். அவ்வளவுக்கு த்ரில் இல்லை என்ற போதிலும், சில வலிமையான காட்சிகளால், அதற்கு இணையான வசனங்களால் இது ஒரு முக்கியமான படமாகிப் போகிறது. கதாநாயகி கல்கி கொச்சலின் அழகாக இருக்கிறார்; அதைவிட அழகாக நடிக்கிறார் (படத்திலேயே வரும் ஒரு வசனத்தைப்போல் கொஞ்சம் ஜூலியா ராபர்ட்ஸ்; கொஞ்சம் Bugs Bunny). அவரே அடிப்படையில் ஒரு ஃபிரெஞ்சுப் பெண் என்பதால், இந்தியாவில் ஒரு வெளிநாட்டுப் பெண் எதிர்கொள்ள நேரிடும் சிக்கல்களைத் துல்லியமாக எழுதவும் நடிக்கவும் முடிந்திருக்கிறது எனத் தோன்றுகிறது. நஸ்ருதீன் ஷாவும் ஒரு முக்கியக் கதாப்பாத்திரத்தில் நடித்திருக்கிறார். அவரது நடிப்பைப் பற்றி நான் சொல்லித்தான் தெரிய வேண்டுமா? கன்னட ரௌடியாக குல்ஷன் தேவய்யா வரும் காட்சிகளின்

நகைச்சுவை அபிரிமிதமானது (ஆனால், படத்தின் ஒட்டுமொத்த உணர்வுக்கு இந்தக் காட்சிகள் தேவையற்ற செருகலாகவே துருத்தி நிற்கின்றன). க்ளைமேக்ஸையும் கொஞ்சம் அளவுக்கதிக மாக இழுத்திருக்கிறார்கள். திரைக்கதையை மட்டும் இன்னும் கொஞ்சம் பட்டி பார்த்திருந்தால் சிறந்த படமாகி இருக்கும். இப்போதைக்கு நல்ல படம்.

இறுதித் தர வரிசை:

Not A Love Story | That Girl in Yellow Boots | Buddah Hoga Terra Baap | Singham | Aarakshan

(08, செப்டெம்பர் 2011)

16

மெகா ஏமாற்றம் (7ஆம் அறிவு)

ஏ.ஆர்.முருகதாஸ் முதல் சூர்யாவரை தமிழனின் பெருமையைச் சொல்கிறதென கூவியறிவித்த படம்; சன் டி.வி முதல் விஜய் டி.வி வரை ப்ரோமோ நிகழ்ச்சிகளின் மூலமாக உயரத் தூக்கிப் பிடித்த படம்; மல்ட்டி ப்ளெக்ஸ் முதல் கீற்றுக்கொட்டகைவரை போட்டி போட்டு வாங்கித் திரையிட்டிருக்கும் தீபாவளிப் படம் - '7ஆம் அறிவு.' இந்தப் பின்புலங்களோடு சேர்த்துப் பார்க்கையில் படம் ஏமாற்றத்தையே அளிக்கிறது.

'7ஆம் அறிவு' படத்தின் கதை என்ன? ஆரம்பத்தில் சொல்லப் பட்டதுபோல் இது ஹாலிவுட்டின் 'இன்செப்ஷனோ', பாலிவுட்டின் 'சாந்தினி சௌக் டூ சைனா'வோ அல்ல. ஆனால், கொஞ்சமாக, 'தசாவதாரம்' படத்தின் சாயல் மட்டும் இருக்கிறது.

6-ம் நூற்றாண்டு போதிதர்மன், சீனா சென்று, மக்களைக் கொடிய நோயிலிருந்தும், எதிரிகளிடமிருந்தும் காப்பாற்றி பின் மருத்துவத்தையும் தற்காப்புக் கலையையும் கற்றுத்தருகிறார். 21-ம் நூற்றாண்டில் இந்தியா மேல் கிருமி யுத்தம் நிகழ்த்த வரும் சீன உளவாளிக்கு போதிதர்மரை Genetics மூலம் மறுபடி உருவாக்க முயலும் பெண் விஞ்ஞானி தடையாக வர, எந்த நூற்றாண்டு ஜெயிக்கிறது என்பது க்ளைமேக்ஸ்.

வலுவான கதை இருந்தும், தெளிவான திரைக்கதை இல்லாததால், தடுமாறுகிறது படம். போதிதர்மன் என்ற தமிழனை(?!) நம்

மக்களுக்கு (மறு) அறிமுகம் செய்யும் டாகுமென்ட்டரியா அல்லது பயோ-வார் பின்னணியில் என்டெர்டெய்னரா என்பதில் குழம்பியிருக்கிறார்கள். இதில் இடைச்செருகலாக சூர்யா - ஸ்ருதி காதல் வேறு.

படத்தின் ஆகச் சிறந்த பகுதி என்றால் முதல் 20 நிமிடங்கள் வரும் போதிதர்மன் காட்சிகள்தாம். ரவி கே.சந்திரனின் அற்புத ஒளிப்பதிவும், தோட்டா தரணி மற்றும் ராஜீவனின் அட்டகாசக் கலையமைப்பும், பீட்டர் ஹெய்னின் அசகாய ஸ்டன்ட்களும் உதவியிருக்கின்றன. இன்னும் அதிகமாக சூர்யாவின் கண்களும் உடல்மொழியும். மற்றபடி, படம் முழுக்க சுவாரஸ்யமற்ற சராசரிக் காட்சிகளின் தோரணம்தான்.

6-ம் நூற்றாண்டு போதிதர்மன், சர்க்கஸ் கலைஞன் அரவிந்தன் என இரு வேறு காலகட்ட கதாப்பாத்திரங்கள் சூர்யாவுக்கு. தேவைப் படுவதைக் கொடுத்திருக்கிறார். ஆனால், முதல் 20 நிமிடங்கள், கடைசி 10 நிமிடங்கள், அப்புறம் பாடல் காட்சிகள் தவிர்த்துப் பார்த்தால் சூர்யாதான் கதாநாயகனா என சந்தேகம் வந்து விடுகிறது. அவரைவிட அதிகமாக ஸ்ருதி ஹாசனும், வில்லன் ஜானியுமே வருகிறார்கள்.

தமிழில் ஸ்ருதி ஹாசனின் அறிமுகம் (இந்தி Luck படத்தில் ஏற்கெனவே அறிமுகம்). அழகாக இருக்கிறார், மிக அழகாக இருக்கிறார், ரொம்ப அழகாக இருக்கிறார். மற்றபடிக்கு சமகாலத் தமிழ் நடிகைகளைக் காட்டிலும் எந்த வகையிலும் உயர்வில்லை. *(அவர் 5 அடி 8 அங்குலம் உயரம் என்பதைத் தவிர!)*

'இந்தியன்' படத்தில் 'நோக்கு வர்மத்தாலேயே விலங்கை உடைக்க முடியுமான்னு பார்க்கறீங்களா?' என்று சுஜாதா எழுதிய ஒரு வசனம் வரும். வில்லனாக வரும் ஜானி (வியட்நாமிய ஹாலிவுட் நடிகர்) நோக்கு வர்மத்தாலேயே எல்லோரையும் வசியப்படுத்தி, தனக்கு வேண்டியதைச் சாதித்துக்கொள்கிறார். ஆனால், படம் முழுக்க அதே வித்தையைப் பயன்படுத்திக் கொண்டிருப்பது அலுப்புத்தட்டுகிறது. தவிர, 'பில்லா' அஜித் மாதிரி படம் நெடுகிலும் அவரை நடக்கவிட்டிருக்கிறார்கள். கம்பீரத் தோற்றமும், நிஜத்திலேயே தற்காப்புக்கலை தேர்ச்சி பெற்றவர் என்பதும் ஜானியின் பலம். மற்றபடி, நடிப்பதற் கெல்லாம் பெரிய அளவில் வாய்ப்பு இல்லை.

அபிநயா, அவினாஷ், அழகம்பெருமாள், போன்ற நடிகர்கள் ஓரிரு காட்சிகளில் வந்து போகிறார்கள். போலவே மலையாள

பாக்ருவும், 'மங்காத்தா' அஸ்வினும். பெயர் தெரியாத அந்த சீனத் தாயும் சிறுமியும் கண்ணுக்குள்ளேயே நிற்கிறார்கள். பாடல் இசை, பின்னணி இசை இரண்டிலுமே கோட்டைவிட்டிருக்கிறார் ஹாரிஸ் ஜெயராஜ். அதிலும், அந்தச் சீனப் பாடல் நர்சரி ரைம்ஸ் கேட்பது மாதிரியிருக்கிறது.

'ரமணா' திரைக்கதையைப் பார்த்து வியந்தவர்களுக்கும், 'கஜினி' காதல் காட்சிகளைக் கண்டு ரசித்தவர்களுக்கும் முருகதாஸ் தந்திருக்கும் மெகா ஏமாற்றம் '7ஆம் அறிவு.' மேக்கிங்கிலும், வசனங்களிலும் மட்டும் பழைய முருகதாஸ் எட்டிப் பார்க்கிறார் - முக்கியமாகச் சென்னையில் அந்தக் கொடிய நோய் பரவுவதைக் காட்சிப்படுத்தியிருப்பது.

திரைக்கதையில் இன்னும் கவனம் செலுத்தி சுவாரஸ்யமான காட்சியமைப்புகளின் மூலமாகப் படத்தை நகர்த்தியிருந்தால், கமல்ஹாசனின் 'தசாவதாரம்'போல் ஒரு ரோலர் கோஸ்டர் என்டெர்டெய்னர் ஆகியிருக்கவேண்டியது. ஆனால், இப்போதைக்கு இப்படித்தான் நம்மால் சொல்ல முடிகிறது - நல்ல முயற்சி ஆனால், சுமார் படம்.

பயன்படுத்தாத 'ஏழாம் அறிவு' ஒருவருக்கு இருப்பதும் இல்லாததும் ஒன்றுதான்.

(மெல்லினம் (ஆஸ்திரேலியா) -
நவம்பர் 2011 இதழில் வெளியானது)

17

போலி புத்திஜீவிகள் மீதான வழக்கு (வழக்கு எண்: 18/9)

மறுபடியும் ஒருமுறை மிகத் தெளியாக, மிகவலுவாக ஏமாற்றியிருக்கிறார் 'காதல்' இயக்குநர் பாலாஜி சக்திவேல். 'வழக்கு எண்: 18/9' என்ற வித்தியாசப் பெயர்கொண்ட இந்தப் படத்தை நான் எதிர்பார்த்திருக்க நிறையக் காரணங்கள் இருந்தன. முக்கியமாக இரண்டு - 'கல்லூரி' என்கிற அபார மொக்கைக்குப் பின்னர் பாலாஜி சக்திவேல் போன்ற ஒரு திறமைசாலி அதி ஜாக்கிரதை உணர்வுடன் நான்கு வருடங்களாக செதுக்கிக்கொண்டிருந்த படம் என்பது ஒன்று; படம் பார்த்த அத்தனை பேருமே இது ஏதோ தமிழ் சினிமாவில் அபூர்வமாகப் பூக்கும் குறிஞ்சி என்ற ரீதியில் கொடுத்த பில்டப் மற்றொன்று. இந்தப் பின்புலத்துடன் பார்த்தால் எனக்குப் படம் பலத்த ஏமாற்றத்தை அளித்தது என்பது மிகையில்லை.

' 'கல்லூரி' படமே சிறந்த படம்தான்; எனக்கு மிகப் பிடிக்கும்' எனக் கண்ணீர்மல்க நிற்பவர்கள் தயவு செய்து இந்த வரியுடன் விமர்சனத்திலிருந்து விலகிவிடலாம். உங்களிடம் பேச விஷயமேதுமில்லை. நாம் பேசும் பாஷைகள் வேறு வேறு.

ஓர் ஆசிட் வீச்சு வழக்கில் விளிம்புநிலை மனிதர்கள் எவ்வாறு அதிகாரத்தின் மற்றும் பணத்தின் கொடுஞ்சதியால் வஞ்சிக்கப் படுகிறார்கள் எனக் காட்டுகிறது படம். கதை நன்று. இந்த பொட்டன்ஷியல் ஒன்லைனரை தன் இடதுகையால் கிறுக்கிய அபத்தத் திரைக்கதையால் முற்றிலும் நசுக்கி மலடாக்கிவிட்டார்.

படத்தின் சாதக அம்சங்கள் எனச் சிலவற்றைக் குறிப்பிடலாம். படத்தின் இறுதியில் ஜோதியின் முகத்திரை விலகும் வலுவான காட்சி. வேலு, தினேஷ் மற்றும் ஆர்த்தி பாத்திரங்களுக்கான பொருத்தமான நடிகர் தேர்வு. செல்போனில் வரும் 'ஐட்டம் காலிங்' போன்ற புத்திசாலித்தனசுவாரஸ்யங்கள். மற்ற யாவும் பாதகம்.

குறிப்பாகப் படம் நெடுகிலும் விரவிக்கிடக்கும் சொத்தைக் காட்சிகளும், மொக்கை வசனங்களும் சகிப்பதற்குரியன. படத்தில் வைக்கப்பட்டிருக்கும் பல நாடகத்தனமான, முதிர்ச்சியற்ற காட்சிகள் கொல்கின்றன (உதாரணம்: அந்த பாலியல் தொழிலாளி தொடர்பான காட்சிகள்). யதார்த்தமாகக் காட்டுகிறேன் பேர்வழி என்று முயற்சிக்கப்பட்ட காட்சிகள் அனைத்தும் ஆபாசமாகத் துருத்திக்கொண்டு பல்லிளிக்கின்றன (உதாரணம்: ஜோதியின் அம்மா பார்க்கும்போதெல்லாம் வேலுவைத் திட்டும் காட்சிகள்). அதேபோல் எண்ணிலடங்கா தர்க்கப் பிழைகள் படம் முழுக்க மண்டிக்கிடக்கின்றன (உதாரணம்: ஆர்த்தியின் விவரணையில் தினேஷ் தண்ணீர் வால்வை அடைக்கும் காட்சி எப்படி வந்தது?).

அதிகாரத்தையும் பணத்தையும் தோலுரிக்கிறேன் என்று சொல்லிக்கொள்ளும் காட்சிகள் ஒரு ஹரி படத்தின் மசாலாக் காட்சிகளுக்கு இணையான நகைப்புக்குரியதாக இருக்கின்றன (உதாரணம்: தினேஷின் அம்மா மற்றும் அமைச்சர் இடையேயான காட்சிகள்). எளியவர்கள் எவ்வாறு சுரண்டப்படுகிறார்கள் என்பதற்கு வைக்கப்பட்டிருக்கும் காட்சிகளும் தமிழ் சினிமா பார்த்து நைந்து போன க்ளீஷே (உதாரணம்: வேலுவின் சிறு வயதுக் காட்சிகள்).

அதேபோல் சமூகத்துக்கு கருத்துச் சொல்கிறேன் என்று தொடர்பே இல்லாமல் வரும் காட்சிகளும் எரிச்சலூட்டுகின்றன (உதாரணம்: கூத்துக்கலை தொடர்பான காட்சிகள்). கடைசியில் பொயட்டிக் ஜஸ்டிஸ் வழங்கும் போர்வையில் செய்யப் பட்டிருக்கும் காட்சிகள் (உதாரணம்: ஜோதி இன்ஸ்பெக்டரைப் பழி தீர்ப்பது) படம் இரண்டு மணி நேரம் என்ன யதார்த்தத்தை முன்வைக்க முயன்றதோ அதையே கேலிக்குரியதாக்கிவிடுகிறது. இதுபோல் சொல்லிக்கொண்டே போகலாம்.

'ஆர்த்தியை எடுத்த எம்எம்எஸ்ஸை இன்னும் நானே பார்க்க வில்லை' - தினேஷ் சொல்வதன் மூலம் இயக்குநர் எதை நிரூபிக்க முயல்கிறார்? நாயகி இன்னமும் களங்கப்படவில்லை என்றா? ஓர் யதார்த்தப் படத்தில் இதற்கு என்ன சார் அவசியம்? எம்எம்எஸ் எடுத்துப் பரப்பும் மாணவர்களுக்கு அந்த இன்ஸ்பெக்டர்

தோப்புக்கரணம் தண்டனையாகத் தருவதன் மூலம் என்ன சொல்ல வருகிறார்? பணக்கார இளைஞர்களின் குற்றங்கள் இப்படிச் சுலபமாக மூடி மறைக்கப்பட்டுவிடுகின்றன என்றா? மன்னிக்கவும் மிஸ்டர் பாலாஜி சக்திவேல், இதுவும் மகா கேணத்தனமாக இருக்கிறது. அப்புறம் அமைச்சரின் முகத்தை எதற்கு ஸ்மட்ஜ் செய்து காட்டி இருக்கிறீர்கள்? சென்ஸார்ஷிப்பா? கிரியேட்டி விட்டியா?

பாலாஜி சக்திவேலுக்கு எப்போதும் படத்தை எங்கே முடிப்பதென்று தெரியாது. 'காதல்' என்ற அவரது கரியரின் ஒரே மாஸ்டர்பீஸ் படத்திலும்கூட இதுதான் நடந்தது. என் வரையில் 'காதல்' படம் ஐஸ்வர்யாவுக்கு அவரது ஜாதியினர் தாலியறுப்பதோடு முடிந்து விடுகிறது. அதுதான் அந்தப் படத்தின் உச்சக்காட்சி. அதுவே அந்தப் படத்தின் ஒட்டுமொத்தவலி, அதிர்ச்சி, சோகம் எல்லா வற்றையும் ஒருங்கே வழங்கிவிடுகிறது. பிறகு வரும் முருகன் ட்ராஃபிக் சிக்னலில் பைத்தியமாகத் திரியும் காட்சி, ஐஸ்வர்யாவின் கணவன் அவன் மீது அன்பு காட்டுவது எல்லாமே அவசியமற்ற செருகல்கள். அதன் மூலம் பார்வையாளன் எதையுமே பெறுவதில்லை. அது கலையின் ஒரு பகுதியே அல்ல.

மாஸ்டர்பீஸிலேயே இப்படி இருக்கும்போது, இந்தப் படத்தில் மட்டும் என்ன எதிர்பார்த்துவிட முடியும்? கடைசி பதினைந்து நிமிடங்கள் மிக மோசமாக எழுதப்பட்டு அதைவிட மோசமாக எக்ஸிக்யூட் செய்யப்பட்டிருக்கின்றன.

இந்த லட்சணத்தில் ஓர் நண்பன் இந்தப் படத்தின் நேரேஷன் 'ராஷோமன்'போல் இருக்கிறது எனப் (பாராட்டாகச்) சொல்கிறான். அவன் 'விருமாண்டி' பார்த்தால் அகிரா குரோசவா அதைப் பார்த்துதான் 'ராஷோமன்' எடுத்தார் எனச் சொல்லக்கூடும்!

கேனான் 5டி மற்றும் 7டி டிஜிட்டல் ஸ்டில் கேமராக்களில்தான் (லென்ஸ்கள் மட்டும் சினிமா லென்ஸ்கள்) மொத்தப் படமும் ஒளிப்பதியப்பட்டதாகக் கேள்விப்படுகிறேன். உலக அளவில் குறும்படக்காரர்கள் மத்தியில் - திரைப்படங்களிலும்கூட - இது பரவலாக இருக்கும் பழக்கம்தான். இந்தியில் ராம்கோபால் வர்மாவும் (Not a Love Story), அனுராக் காஷ்யபும் (That Girl in the Yellow Boots) இதை ஏற்கெனவே செய்திருக்கிறார்கள். ஆனால், இந்தப் படத்தில் அது சரியாகக் கைகூடவில்லை என்று தோன்றுகிறது. நிறைய இடங்களில் 'நாளைய இயக்குநர்'

நிகழ்ச்சியில் குறும்படம் பார்த்துக்கொண்டிருக்கும் உணர்வு ஏற்படுகிறது.

நேச்சுரல் லைட்டிங் எல்லாம் இந்தக் கதைக்குத் தேவைதான். ஆனால், ஒளிப்பதிவில் ஜீவன் இல்லை. 'காதல்' படம்கூட எந்தலைட்டிங்கும் இல்லாமல் ஒளிப்பதிவு செய்யப்பட்ட படம்தான். ஆனால், அது அந்தப் படத்துக்கு அவ்வளவு அழகான ஓர் உயிரோட்டம் நல்கியது. இது வித்தியாச முயற்சியாக மட்டும் தேங்கிப் போகிறது.

இசை. இரண்டே பாடல்கள். ஒரு பாடல் நலம். பின்னணியிசை நாராசம்.

வேலு (ஸ்ரீ), தினேஷ் (மிதுன் முரளி) மற்றும் ஆர்த்தி (மனீஷா யாதவ்) ஆகியோரின் நடிப்பு அபாரம். குறிப்பாக ஸ்ரீயின் கண்களில் ஒரு கனல் இருக்கிறது. சரியான வாய்ப்புகள் அமைந்தால் பிரமாத்மாகப் பிரகாசிப்பார் எனத் தோன்றுகிறது. எல்லோரும் விதந்தோதும் ஜோதி (புனே திரைப்படக் கல்லூரி மாணவி ஊர்மிளா மகந்தா) என்னளவில் சுமாராகவே ஸ்கோர் செய்கிறார். அவர் நடிப்பில் உயிரில்லை. பாத்திரத்துக்கும் பொருத்தமில்லை. வேலுவின் நண்பனாக வரும் சிறுவன் கதாபாத்திரமும் இன்ஸ்பெக்டர் கதாபாத்திரமும் பொறுமையை சோதிக்கின்றன. என்னவோ தெரியவில்லை, தினேஷின் அம்மா ஜெயலக்ஷ்மியின் (ரித்திகா) கதாபாத்திரம் எனக்கு நடிகை புவனேஸ்வரியை நினைவுபடுத்தியது!

வேறொன்றும் சிலாக்கியமாகச் சொல்ல விஷயமிருப்பதாக நினைவில்லை.

•

என் பிரச்சனை பாலாஜி சக்திவேல் என்கிற ஓர் எதிர்பார்ப்புக்குரிய இயக்குநர் இப்படி ஒரு ஜங்க் படத்தை எடுத்திருப்பது அல்ல. அதற்கான பூரண சுதந்திரம் அவருக்கு இருக்கிறது. என் கவலை, அக்கறை, ஆதங்கம் எல்லாம் இந்தக் குப்பையை தூக்கிவைத்துக் கொண்டாடுபவர்களின் மனநிலை ஸ்திரத்தன்மை குறித்தானது.

'வேலாயுதம்', 'மங்காத்தா' - இரண்டுக்கும் கைத்தட்டியவர்கள் குறித்து எனக்கு எவ்விதப் புகாருமில்லை. ஒப்பீட்டளவில் சற்று புத்தி குறைந்தவர்கள் என்பதைத் தாண்டி அவர்கள் எந்த ஆபத்துமில்லாதவர்கள். ஆனால், இது போன்ற அரைகுறை

யாதார்த்த முயற்சிகளை ஆஹா ஓஹோவெனப் புகழ்வதையே வேலையாக வைத்திருப்பவர்கள் விஷச் செடிகள். ஆட்டு மந்தை மூளைகள். நல்ல கலையை முளையிலேயே வேரறுக்கும் தீவிரவாதிகள். உண்மையில் இந்த போலி புத்திஜீவிகள்தாம் தமிழில் நல்ல சினிமா உருவாவதை தம் புண்ணாக்குக் கருத்துகளால் புண்ணாக்கிக் கருவறுக்கும் கிரிமினல்கள்.

நான் தெரியாமல்தான் கேட்கிறேன் - இதெல்லாம் சிறந்த படம் என்றால், 'பருத்திவீரன்', 'சுப்ரமணியபுரம்', 'ஆடுகளம்', 'பூ', 'நந்தலாலா', 'ஆட்டோகிராஃப்', 'வெண்ணிலா கபடிக்குழு', 'வெயில்' போன்றவை எல்லாம் என்ன? இதே இயக்குநர் எடுத்த 'காதல்' என்ன? இந்தப் படங்களுக்கெல்லாம் ஏணி வைத்தாலும் எட்டாத அதள பாதாளத்தில் கிடக்கிறது 'வழக்கு எண் : 18/9.'0

பொய் சொல்லும் வாய்க்கு போஜனம் இல்லை. என் அருமை நண்பர்களே, தயவு செய்து இந்தப் படம் ஒரு சாதனை என்ற உங்கள் பச்சைப் பொய்யை பகிரங்கமாக வாபஸ் பெறுங்கள். செய்தால், இன்றிரவு உங்கள் பீர் செலவு என்னுடையது!

(09, மே 2012)

18

தமிழ் ஹாலிவுடிஸம் (விஸ்வரூபம்)

எனது சினிமா விமர்சன முறையின் அடைப்படை குறித்த மூன்று முக்கிய விஷயங்களை முதலில் சொல்லிவிடுகிறேன்:

1. நான் படம் பார்க்கும்போதே இயக்கம், திரைக்கதை, இசை, ஒளிப்பதிவு, நடிப்பு என்றெல்லாம் யோசித்து அக்குவேறு ஆணி வேறாகப் பிரித்துப் பார்க்க மாட்டேன். என் வரையில் திரைப்படம் என்பது ஒரு பண்டம். நுகர்வுப்பண்டம். எப்படி சிக்கன் பிரியாணி உண்ணும்போது அதன் அரிசியின் வகை, மசாலாக் கலவை, கறி வெந்திருக்கும் தன்மை, சமையல்காரரின் கஷ்டம், இது மற்றவர்களுக்குப் பிடிக்குமா என்றெல்லாம் யோசிக்காமல் அதன் சுவையை மட்டும் அனுபவிப்பேனோ, அதேபோல்தான் ஒரு படம் பார்க்கும்போது நான் திறந்த மனதுடன் எந்த முன் தீர்மானமுமின்றி அந்தப் படத்தை மிக முழுமையாக அனுபவிப்பேன். ஆக, ஒரு படம் முடிந்து வெளியே வரும் தருணம் அது குறித்த என் மதிப்பீடு உருவாகி இருக்கும். பிறகு அந்தப் படம் குறித்து அசைபோடும்போதுதான் அந்தக் குறிப்பிட்ட மதிப்பீட்டை என் மனம் வந்தடைந்த காரணங்கள் புலப்பட ஆரம்பிக்கும். இது ஒருவித Reverse Engineering எனலாம். அதைத்தான் விமர்சனமாகச் சொல்கிறேன் / எழுதுகிறேன். சுருங்கச் சொன்னால் தியேட்டருக்குள் என்

தர்க்கம், வியாக்கியானம் எல்லாம் நுழைவதே இல்லை; அங்கே நான் பூரண நிர்வாணி.

2. எனக்கு எரிச்சலூட்டும் ஒரு விஷயம், 'எனக்குப் படம் பிடித்திருக்கிறது' என்பதையும் 'படம் ஹிட்' என்பதையும் குழப்பிக்கொண்டு என்னிடம் கேள்வி கேட்பது ('உங்களுக்குப் படம் பிடிக்கலைங்கறீங்க, ஆனா படம் சூப்பர் ஹிட் ஆயிருச்சே!). ஏனய்யா, நான் என்ன வியாபாரியா, படம் ஹிட்டா இல்லையா என்பது குறித்துக் கவலைப்பட? நான் ஒரு பார்வையாளன், மிஞ்சிப் போனால் ரசிகன். ஒரு திரைப்படமானது எனக்குப் பிடித்திருக்கிறதா என்பது பற்றி மட்டுமே நான் பேச முடியும். உலகில் கணிசமானோருக்குப் பிடித்த உணவுப் பொருள் உங்களுக்குப் பிடிக்காமல் போக வாய்ப்பே இல்லையா அல்லது பெரும்பான்மை மக்களுக்குப் பிடிக்காமலிருக்கும் பெண்ணை உங்களுக்குப் பிடித்துப் போகும் சாத்தியம் இல்லையா? அதுபோலத்தான் இதுவும். யாருக்கும் படம் பிடிக்கிறது, பிடிக்கவில்லை, படம் ஹிட்டா என்பது குறித்தெல்லாம் எனக்கு கிஞ்சித்தும் கவலை இல்லை. என்வரையில் திரையரங்கின் இருட்டில் படம் எனக்கு அளிக்கும் அனுபவமே என் முடிவு. என் ஒவ்வொரு விமர்சனத்திலும் மனசாட்சிக்கு நேர்மையாகவே இதுவரையிலும் இருந்திருக்கிறேன். ஒரு முறையும் அதிலிருந்து அசைந்து கொடுத்ததில்லை. கமல், மணிரத்னம் என எனக்கு மிகப்பிடித்த திரை ஆளுமைகள் அடாசுப் படம் கொடுத்த போதும் அதைத் தூக்கிக் கடாசி விமர்சித்தே பழக்கம். சமரசமே கிடையாது. ரசனைக்கு மட்டுமே எப்போதும் விசுவாசம்.

3. எப்போதும் ஒரு படம் குறித்தான என் அபிப்பிராயம் என்பது நேரடியாக அதன் உள்ளடக்கத்தின் அடிப்படையிலானது மட்டுமல்ல. அந்தப் படம் குறித்த என் எதிர்பார்ப்பு என்ன, அதை எந்த வகையில், எந்த அளவுக்கு அது பூர்த்தி செய்கிறது / ஏமாற்றுகிறது என்பது பொறுத்தே என் கருத்து அமையும். அப்படித்தான் ஒவ்வொரு படத்தையும் நான் அணுகுகிறேன். இயந்திரம்போல் அல்ல.

•

இப்போது 'விஸ்வரூபம்' படத்துக்கு வருவோம். 'விஸ்வரூபம்' அடிப்படையில் ஸ்பை த்ரில்லர் - கொஞ்சம் மனிதநேய சாயத்துடன்! 'படம் எப்படி?' எனக் கேட்டால் என் ஒரு வரி பதில் GREAT BUT NOT GREATER.

என் கணக்குப்படி கமல்ஹாசன் இயக்கும் ஆறாவது படம் 'விஸ்வரூபம்.' இதற்கு முன்னர் *1.* Chachi 420 (*பாதியில் கைமாறி இயக்கியது*), *2.* மருதநாயகம் (*பாதியில் கைவிடப்பட்டது*), *3.* ஹே ராம், *4.* விருமாண்டி மற்றும் *5.* மர்மயோகி (*ஷூட்டிங் போகாமலேயே நிறுத்தப்பட்டது*). கமல்ஹாசன் என்ற இயக்குநரிடமிருந்து நான் எதிர்பார்ப்பது Greater திரைப்படங்களை.

'விஸ்வரூப'த்தை மேக்கிங்கில் சுலபமாகத் தமிழில் மிகச்சிறந்த படமாகச் சொல்லிவிடலாம். 'விஸ்வரூபம்' ஹாலிவுட் தரத்திலான படம் என்று சொல்வதை பலரும் கேலி செய்கிறார்கள். 'ஹாலிவுட் தரம்' என்று சொல்வது அதன் மேக்கிங் மட்டுமல்ல. அதன் கட்டுக்கோப்பான திரைக்கதை பாணி, பிசிறில்லாத (அல்லது பிசிறு குறைந்த) காட்சிக் கோர்வை, பெரும்பாலும் உறுத்தாத இயல்பான பெர்ஃபாமன்ஸ்கள் ஆகியவற்றைக் கொண்டுதான் சொல்கிறோம். கிராஃபிக்ஸ் போன்ற டெக்னிக்கல் விஷயங்களில் ஆங்காங்கே துருத்துவது நிஜமே. ஆனால், இதெல்லாம் ஹாலிவுட் தரத்துடன் ஒப்பிடும்போதுதான். மற்றபடி தமிழ்ப் படங்களின் இந்தியப் படங்களின் தரத்துக்கு சர்வ நிச்சயம் இது ஓர் அற்புதம்.

கமல்ஹாசன் ஓர் இயக்குநராக சுலபமாகச் ஜெயிக்கிறார். தான் தமிழில் மிக முக்கிய இயக்குநர் என்பதை அழுத்தமாக நிரூபித்திருக்கிறார். அவர் இயக்கி நான் பார்த்த *3* திரைப்படங் களை (Chachi 420, ஹே ராம், விருமாண்டி) விட இதில் கூடுதல் பெர்ஃபெக்ஷன் இருக்கிறது. தமிழில் மிகச்சிறந்த மேக்கிங் என்று சொன்ன பின் மேலே விதந்தோத ஏதுமில்லை.

பொதுவாக கமல் படங்களில் இயக்குநர்கள் டம்மி என்று சொல்லப்படுவதுண்டு. ஆரம்பம் முதலே அந்தக் கருத்தில் எனக்குக் கொஞ்சமும் உடன்பாடில்லை. சிங்கீதம் ஸ்ரீநிவாச ராவ், சுரேஷ் கிருஷ்ணா, சந்தானபாரதி, பரதன், பி.சி.ஸ்ரீராம், கே.எஸ்.ரவிக்குமார், சுந்தர் சி., மௌலி என யாராக இருந்தாலும் அவரது திரைக்கதையை இயக்கியவர்களை எடுத்துக்கொண்டால் அவர்களை எல்லாம் அந்தந்தப் படங்களுக்கு பெயரளவில் அல்லாமல் நிஜமாகவே நன்கு பயன்படுத்திக்கொண்டிருக்கிறார் என்றே சொல்வேன். அதாவது, ஒரு படத்தை இயக்குவது என்பது எவ்வளவு பெரிய சுமை, எத்தனைச் சிக்கலான விஷயம் என்பதை உணர்ந்ததாலேயே அதைத் தான் ஏற்காமல் நல்ல மேலாண்மைத் தகுதிகளுடன் நேர்த்தியாக எக்ஸிக்யூட் செய்து தரக்கூடிய

இயக்குநர்களை வைத்து எடுத்தார் என்பதே என் அபிப்பிராயம். அவர் அந்த அளவு டைரக்ஷனை மதித்ததால்தான் அவரே செய்யும் போது பெர்ஃபெக்ஷன் சாத்தியப்படுகிறது.

ஆனால், ஓர் இயக்குநர் என்பதைவிட திரைக்கதை மற்றும் வசனங்கள் காரணமாகவே கமலை நான் ஒரு கலைஞனாக மிக மதிக்கிறேன். உதாரணம்: 'தேவர் மகன்', 'குருதிப்புனல்', 'ஹே ராம்', 'விருமாண்டி', 'தசாவதாரம்.' அவற்றிலெல்லாம் இருந்த நேர்த்தி இந்தப் படத்தில் முழுக்கக் கைகூடவில்லை. ஆனால், 'ஆளவந்தான்', 'அன்பே சிவம்', 'மும்பை எக்ஸ்பிரஸ்', 'மன்மதன் அம்பு', 'பம்மல் கே சம்மந்தம்' போல அல்லாமல் ஒப்பீட்டளவில் நல்ல திரைக்கதைதான்.

ஆனால், சர்வதேசப் படம் செய்யப் போகிறேன் எனும்போது அதற்குரிய திரைக்கதைத் தரம் இருந்தாக வேண்டும் என எதிர்பார்க்கிறேன்.

'தசாவதாரம்' என்னுள் ஏற்படுத்திய தாக்கத்தில் முக்கால்வாசியை மட்டுமே 'விஸ்வரூபம்' ஏற்படுத்த முடிந்திருக்கிறது. அதற்கு முக்கியக் காரணம் இரு படங்களின் திரைக்கதைகளுக்குமான தர வித்தியாசம் என்றே தோன்றுகிறது.

'விஸ்வரூபம்' படத்தின் திரைக்கதையை இரண்டு தர்க்கத்துண்டுகளாக உடைக்கலாம். ஒரு துண்டு சமகால நியூயார்க்கில் ஓர் அணுகுண்டு வெடிப்பைத் திட்டமிடும் அல் க்வைதா ஜிகாதிகள் மற்றும் அதைத் தடுக்க முயற்சிக்கும் இந்திய மற்றும் பிரிட்டிஷ் உளவு ஏஜென்ட்கள் பற்றியது. மற்ற துண்டு செப்டெம்பர் 11 தாக்குதலுக்குப் பிறகு 2002-ம் ஆண்டில் ஆஃப்கானிஸ்தானில் அல் க்வைதா தீவிரவாதிகளுக்குப் பயிற்சி தரும் போர்வையில் அவர்களுக்குள் ஊடுருவும் இந்திய உளவு ஏஜென்ட்டின் அனுபவங்கள். முதல் துண்டு ஹாலிவுட் படங்களின் பாணியில் ஆக்ஷன் காட்சிகளின் தொகுப்பாகப் பரபரவென நகர்கிறது. அடுத்த துண்டு தீவிரவாதிகளின் குடும்பப் பின்னணியில் உணர்வுகளின் வலைப்பின்னலில் தத்துவார்த்த கேள்விகளை எழுப்புகிறது. இந்த அபூர்வமான Blend-தான் படத்தை Great என்று நான் சொல்வதன் மூலக்காரணம். அதுவே இந்தப் படத்தை ஹாலிவுட் மசாலாக்களிலிருந்து வேறுபடுத்துகிறது.

படத்தில் பல நுணுக்கமான விஷயங்கள் உள்ளன. சில காட்சிகளில் அபாரமான Second layer இருக்கிறது. பல

இடங்களில் பிரமாதமான Detailing காணக்கிடைக்கிறது. கடுமையான உழைப்பில் உருவாகி இருப்பது அவற்றில் தெரிகிறது. போலவே பல கவித்துவத் தருணங்கள் இருக்கின்றன (கமல் சிறுவர்களுக்கு ஊஞ்சல் ஆட்டுவது). நைஜீரிய ஜிகாதியின் இறுதிநாள் காட்சிகள் துன்பியல் கவிதையாகக் கனக்கிறது. இவை அத்தனையையும் துளியும் இழக்காமல் உள்வாங்க, குறைந்த பட்சம் இரு முறையேனும் படம் பார்க்க வேண்டும்.

உதாரணமாக அந்த ஸ்லீப்பர் செல் ஆசாமியின் கடைசி நாளை ஏன் துன்பியல் கவிதை என்கிறேன் எனப் பார்க்கலாம். படத்தின் மையச் சரடிலிருந்து வழுவாமல் அவன் சம்மந்தப்பட்ட காட்சி களுக்கு அழுத்தம் தர முடிந்திருக்கிறது இயக்குநரால்.

அன்று அவன் இறந்து போவான் என அவனுக்குத் தெரியும். அன்று காலைதான் அவனுக்கு அழைப்பு / உத்தரவு வருகிறது. 'இவ்வளவு சீக்கிரம் எதிர்பார்க்கவில்லை' என்கிறான். எவ்வளவு வலுவான வசனம் அது! அவன் ஜிகாத்துக்கு உயிர்தரக் கடமைப் பட்டவன். அதை அவனே நம்புகிறான். ஆனாலும் உண்மையில் அந்தக் கணம் வரும்போது வாழும் இச்சையுடன் செய்யவேண்டிய விஷயங்களை நினைத்து உயிராசையில் (அது நப்பாசையும்கூட) அப்படித் தயக்கமான கேள்வி அவனிடமிருந்து வெளிப்படுகிறது. அதற்கு பதிலாக கொக்கி போட்டாற்போல் 'நீ தயார் இல்லையா?' என்று எள்ளல் தொனிக்கக் கேட்கப்படுகிறது. அதுதான் ஆயுதம். ஈகோவைத் தூண்டுகிற ஆயுதம். 'அவன் பிறப்பே ஜிகாத்துக்கு உயிர் கொடுக்க...' என நம்பவைக்கப்பட்டு வளர்க்கப்பட்டவன் அவன். அந்தக் கொக்கிக்கு உடனடியாக பலியாகி, அவசரமாக அதை மறுத்து அந்த வேலையை ஏற்கிறான்.

அடுத்தது தன் கடைசி தினத்தை அவன் எப்படி எதிர்கொள்கிறான் எனக் கவனியுங்கள்! தனக்குப் பிடித்தமான கறி போன்றவற்றை கடைக்குச் சென்று வாங்கி வந்து சமைத்து உண்ண எத்தனிக்கிறான். தனக்குப் பிடித்தமான பாரம்பர்ய உடைகளை அணிந்துகொள்கிறான். பிறப்புறுப்பு உள்பட தன் தேகம் முழுக்க ஷேவ் செய்கிறான். எதற்கு? அது ஜிகாதிகளின் நம்பிக்கை. Suicide Bomber-ஆகப் போகிறவர்கள் அனைவரும் இதைச் செய்வார்கள். அப்போதுதான் சுத்தமாக சொர்க்கத்துள் நுழைய முடியும் என்ற மத நம்பிக்கை அது. பொதுவாகவே முஸ்லிம்களில் இறந்தவர்கள் உடலை க்ளீன் ஷேவ் செய்து அடக்கம் செய்வதே வழக்கம். ஜிகாதி தற்கொலைப்படையில் இருப்பவன் உடல்

யாருக்குக் கிடைக்கப் போகிறது? கிடைத்தாலும் துண்டு துண்டு சதையாகக் கிடைக்கலாம். யார் சிரைப்பார்கள்? அதனால்தான் அந்த ஜிகாதி தனக்குத் தானே ஷேவ் செய்துகொள்கிறான். அது எத்தனை பெரிய துயரம்? தன் இறப்புக்குப் பின்னர் மற்றவர்கள் தன் பூதவுடலில் செய்யவேண்டிய மதச் சடங்குகளை சூழ்நிலையினால் தனக்குத் தானே செய்ய நேர்வது அந்த மதத்தில் ஊறியவனுக்கு எவ்வளவு மனப் போராட்டத்தைத் தரும்? அவன் முகம் அந்தக் காட்சிகள் முழுமைக்கும் அத்தனை இறுகியே காணப்படும். படத்தில் காட்டப்படும் மற்ற ஜிகாதிகளுக்கும் இவனுக்கும் இயக்குநர் இப்படி நுட்பமாக வித்தியாசப்படுத்துகிறார்.

எல்லாவற்றையும் தாண்டி கவித்துவம் எங்கே நுழைகிறது எனில் அவன் விரும்பிச் சமைத்த உணவை உண்ணாமலேயே பரிதாப மாகச் செத்துப் போகிறான், தவிர அவன் சமைக்க முயற்சித்ததே குண்டு வெடிக்கவிடாமல் தடுத்துவிடுகிறது. அவன் தியாகம் பயனற்றுப் போகிறது. அவனது ஆசையே அவன் உயிர்ப்பலியை வீணாக்கி, அவன் ஜிகாதி கடமையை நிராகரிக்கிறது. மனுஷ்ய புத்திரனின் பத்துக் கவிதைகளுக்குச் சமானம் இந்தக் காட்சிகள். இவ்வளவு விரிவாக இந்தக் காட்சிகளைக் காட்ட வேண்டும் என்பதே இல்லை. கமல் இதைத் தேடிப் புரிந்து, காட்சிகளில் தேவையான உணர்ச்சிகளை நுழைத்து வைத்திருக்கிறார்.

சில வசனங்கள் (உதா: 'படுத்துண்டே படிக்க முடியாது', 'அமேரிக்கால மழை பெய்யாது') தவிர மற்றவை ஈர்க்கவில்லை. பொதுவாக கமல்ஹாசன் எழுதும் படங்களில் பல இடங்களில் மிக நேர்த்தியான வசனங்கள் அமைந்திருக்கும். நல்ல நகைச்சுவை இழையோடிய வலுவான Sarcasm காணக் கிடைக்கும். இந்தப் படத்தில் அது மிஸ்ஸிங். ஆனால், 'போன்ல கேட்கத்தானே முடியும், பார்க்க முடியாதே' போன்ற மொக்கை வசனங்களுக் கெல்லாம் கிரெளடு பெரிதாகச் சிரித்துவைத்து கமலை அவமானப்படுத்துகிறது (உண்மையில் அது பிராமணர்களின் நகைச்சுவை உணர்வு பற்றிய கேலி என்பது என் புரிதல்). எஃப்.பி.ஐ விசாரணை சீன்களில் ஒரிஜினல் வசனங்களே எரிச்சல் என்றால், அந்த ஆங்கில வசனங்களை மொழிபெயர்த்து தமிழில் போட்டவிதம் இன்னமும் கடுப்பு. விஜய் / சன் டி.வி-காரர்கள் செய்யும் மொழிபெயர்ப்புக் கொலைக்கு ஒப்பு அது.

பொதுவாக பெரிய ஒளிப்பதிவாளர்களை கமல் தான் இயக்கும் படங்களில் பயன்படுத்துவதில்லை. 'ஹே ராமி'ல் திரு

பணியாற்றியபோது அவர் அத்தனை Established ஆள் கிடையாது. 'விருமாண்டி' எடுத்தபோது (இப்போதும்கூட) கேசவ் பிரகாஷ் அப்படித்தான். இப்போது 'விஸ்வரூம்' படத்தின் கேமராமேன் சானு ஜான் வர்கீஸ்கூட அதே வகைதான். 'Karthik Calling Karthik', 'Elektra' என்ற இரு படங்கள்தாம் அவர் இதுவரை எடுத்திருப்பது. ஆனால், 'விஸ்வரூபம்' படக் காட்சிகளில் கச்சிதம் தெறிக்கிறது. நல்ல ஒளிப்பதிவாகக் குறிப்பிடவேண்டியது ஆஃப்கானிஸ்தான் விஷுவல்களின் Landscape.

படத்தில் கமல் விஸ்வரூபம் எடுக்கும் காட்சிதான் படத்தின் ஆகச்சிறந்த காட்சி என்பேன். காதநாயகியின் சுதாரிப்பில் நடந்ததை மனதில் ஓட்டிப் பார்க்கையில் அது ஸ்லோ மோஷனில் மறுபடி காட்டப்படும் போதும்கூட புத்தம் புதிதுபோல் ரசிக்க முடிகிறது. தமிழின் மிகச்சிறந்த சண்டைக்காட்சிகளுள் ஒன்றாக நெடுநாள் நம் நினைவில் இருக்கும் அந்தக் காட்சி. அந்த ஒரு காட்சியிலேயே 'விஸ்வரூபம்' என்ற டைட்டிலை சுலபமாக ஜஸ்டிஃபை செய்துவிடுகிறார்கள்.

அதேபோல் ஹாலிவுட் ஸ்டன்ட் கொரியோகிராஃபரான Lee Whittaker வடிவமைத்த ஆஃப்கானிஸ்தான் யுத்தக்காட்சிகளும் அருமை.

கமல் ஆஃப்கனில் ஜிஹாதி போராளியாகவும், பெண்மைச் சாயலுடன் கதக் நடனப்பள்ளி ஆசிரியராகவும், அதிரடி ரா ஏஜென்ட்டாகவும் ஆக மொத்தம் படத்தில் மூன்று ரூபங்கள் எடுக்கிறார். முதல் ரோலில் கமலின் Capacity உடன் ஒப்பிடும் போது பெர்ஃபாமன்ஸில் எனக்கு அவ்வளவு திருப்தி இல்லை. கடைசி ரோல் அவர் வழக்கமாகச் செய்வதுதான். ஆனால் கதக் டான்ஸர் பாத்திரம் எனக்குப் பிடித்திருந்தது. அதில்தான் கமல் எனும் மகா நடிகனின் கலையின் தாத்பர்யம் வெளிப்படுகிறது. அந்தப் பாத்திரத்தின் உடல்மொழி, வசன உச்சரிப்பு, ஆடல் நேர்த்தி (நடன அமைப்பு: பிர்ஜு மஹாராஜ்) எல்லாம் அசத்துகின்றன. 'வரலாறு' அஜித்தைப் புகழ்ந்தவர்கள் இந்த நடிப்பைக் கொஞ்சம் திரும்பிப் பார்க்க வேண்டுகிறேன். இதுவும் சர்வதேசத் தரம்தான்!

ராகுல் போஸ்தான் கமலைவிட உயர்ந்து நிற்கிறார். அவருக்கும் இரு ரூபங்கள் உண்டு. Tahaan-ல் வந்த ராகுல் போஸா என ஆச்சர்யப்படவைக்கிறார். சலீமாக வரும் ஜெய்தீப்பும் பின்னுகிறார். அடுத்து குறிப்பிடப்படவேண்டியவர் சேகர் கபூர் (தன் நெடுநாள் நண்பன் இறந்துபோகும் காட்சியில் நைட்ரோக்ளிஸிரின் மாத்திரை போட்டுக்கொண்டு தன்னைத்தானே

ஆசுவாசப்படுத்திக்கொள்ளும் காட்சி ஓர் உதாரணம்). நாசர் நடிப்பைப் பற்றிச் சிலாகித்துப் பேசி போரடிக்கிறது. பூஜா குமார், ஆண்ட்ரியா ஜெராமையா இருவருக்கும் அழகு கடந்த பாஸ் மார்க். கள்ளக்காதலன் சாம்ராட் சக்ரபர்த்தியும் பரவாயில்லை.

'உன்னைக் காணாது நான்...', 'விஸ்வரூம்', 'அணு விதைத்த பூமியிலே', 'துப்பாக்கி எங்கள் தோளிலே...' நான்கு பாடல்களுமே எந்த மிகையுமின்றி படத்தில் தமக்கான இடங்களில் உட்கார்ந்திருக்கின்றன. நான்குமே மிக நன்றாக உருவாக்கப்பட்ட பாடல்கள். ஷங்கர் - ஈஸான் - லாய் தம் வேலையை சரியாகச் செய்திருக்கின்றனர். படத்தின் பின்னணி இசை டப்பி - பாரிக் என்ற இரட்டையர்கள். பரவாயில்லை எனலாம். ஆனால், இன்னும் கொஞ்சம்கூட மெனக்கெட்டிருக்கலாம்.

படத்தை நான் Auro 3D-யுடன் பார்க்கவில்லை. நான் பார்த்தவரை ஒலியமைப்பு குறிப்பிடத் தகுந்த ஒன்றாகவே இருக்கிறது. குறிப்பாக யுத்தக் காட்சிகளில், சண்டைக் காட்சிகளில் அதன் பங்கு மிக முக்கியமாக இருந்தது என்பேன்.

என்.இளையராஜாவின் கலையமைப்பும் (ஆஃப்கானிஸ்தான் வீடுகள்), கௌதமியின் உடைத் தெரிவுகளும் (அல் க்வைதா உடைகள்), என்.ஜி.ரோஷனின் ஒப்பனையும் (ராகுல் போஸின் மேக்கப்) முதுகெலும்புபோல் படத்தை நிமிர்த்துகின்றன.

மகேஷ் நாராயணனின் படத்தொகுப்பும் ஹாலிவுட் சரக்குக்கு ஏற்றாற்போல் இருக்கிறது. மதுசூதனனின் VFX-ம் ஓகே.

'அமெரிக்கர்கள், பெண்கள் குழந்தைகளைக் கொல்ல மாட்டார்கள்' என அல் க்வைதா முக்கியஸ்தரே சொல்வதாக வரும் ஏகாதிபத்திய ஆதரவுக் கருத்துகள் படத்தில் ஊடுபாவாக ஆங்காங்கே இருக்கின்றன. கமல் எனும் கலைஞனின் அரசியல் நிலைப்பாடு அது என்ற அளவில் உதாசீனப்படுத்திக் கடக்க வேண்டியிருக்கிறது.

கமல் இந்தப் படத்தை ஹாலிவுட்டில் நுழைவதற்கான துருப்புச் சீட்டாகவே திட்டமிட்டார் எனத் தோன்றுகிறது. அதேபோல் Lord of the Rings சீரிஸ் போன்ற பெருவெற்றிப் படங்களின் தயாப்பாளர் Barrie Osborne இந்தப் படத்தைப் பார்த்து கமலை ஒரு படம் இயக்கி, நடிக்க ஹாலிவுட்டுக்கு அழைத்துச் சென்று விட்டார். சந்தேகமே இன்றி 'விஸ்வரூப'த்துக்கு சில தேசிய விருதுகள் வந்து விழும். சிறந்த வெளிநாட்டுப் பிரிவுக்கான

ஆஸ்கருக்கு இந்தியா சார்பில் அனுப்பிவைக்கப்பட்டால் Nominee பட்டியலுக்குள் நுழையும் வாய்ப்புண்டு.

கமல் என்ற கலைஞனுக்கு படத்தின் நோக்கம் நிறைவேறிவிட்டது. இனி படம் தமிழக தியேட்டர்களில் ரிலீஸ் ஆகிறதா? டிடிஹெச்சில் வெளியிடும் திட்டம் என்ன ஆயிற்று? ஒட்டுமொத்தமாக 385 கோடி ரூபாய் வசூல் செய்யுமா? என்பதெல்லாம் வியாபாரி கமலின் கவலை. அது குறித்து எனக்கு அக்கறையில்லை.

'விஸ்வரூபம் II' வரும் எனச் சொல்லிவைக்கிறார்கள் இறுதியில். அது எதிர்பார்க்கும் நேர்த்தியோடிருக்க வாழ்த்துகிறேன்.

●

'தடைகளை வென்றே சரித்திரம் படைத்தவன்' என்று படத்திலேயே ஒரு பாடலில் வைரமுத்து எழுதி இருப்பதைப் போல் பல சிக்கல்களைச் சந்தித்து மீண்ட பிறகே வெள்ளித்திரையை முத்தமிட்டிருக்கிறது கமல்ஹாசனின் 'விஸ்ரூபம்' திரைப்படம்.

சென்ற ஆண்டின் மத்தியிலேயே இந்து மக்கள் கட்சி 'விஸ்வரூபம்' தமிழ்ப் பெயர் இல்லை என்று சொல்லி பிரச்னையைக் கிளப்பியது. பின் படம் வெளியாவதற்கு முந்தைய நாளே டிடிஹெச் மூலம் தொலைக்காட்சியில் ஒளிபரப்பும் திட்டமும் திரைப்பட விநியோகஸ்தர்களின் பலத்த எதிர்ப்பின் காரணமாகக் கைவிடப் பட்டது.

பிறகு முஸ்லிம் அமைப்பினர் படத்தில் தம் மதத்தை இழிவு படுத்தும் காட்சிகள் வைக்கப்பட்டுள்ளதாகப் புகார் கொடுத்ததை அடுத்து தமிழக அரசு படம் வெளியாக இருந்த திரையரங்குகளில் 144 தடையுத்தரவு பிறப்பித்தது. உயர் நீதிமன்றம் அதை அங்கீகரித்துத் தீர்ப்பளித்தது. முதல்வர் ஜெயலலிதா அரசியல் காரணங்களுக்காக கமல்ஹாசனைப் பழிவாங்குகிறார் / பலிகடா ஆக்குகிறார் எனச் சொல்லப்பட்டது. இது தொடர்ந்தால் மாநிலத்தை / நாட்டைவிட்டே தான் வெளியேறுவதைத் தவிர வேறு வழியில்லை என அறிவித்தார் கமல். மத்திய தணிக்கைத் துறைத் தலைவர் லீலா சாம்சன் 'இது கலாசாரத் தீவிரவாதம்' என வர்ணித்தார். தயக்கத்துக்குப் பின் திரையுலகம் திரண்டு குரல் கொடுத்தது. பின் முஸ்லிம் அமைப்பினரோடு பேச்சுவார்த்தை நடத்தி, சில வெட்டுக்களுடன் படம் வெளியிட கமல் ஒப்புக் கொண்டார்.

பிராமணரை அவமதிப்பதாக தமிழ்நாடு பிராமண சங்கம் சார்பிலும், இன்னொரு உயர் நீதிமன்றப் பெட்டிஷனில் கிறிஸ்துவர்களை கேலி செய்வதாகவும் புகார் சொல்லப்பட்டது. இப்படி 'விஸ்வரூப'த்தை எதிர்ப்பதில் அனைத்து மதத்தினரும் ஒற்றுமையை நிலைநாட்ட, எல்லாவற்றையும் உடைத்து பிப்ரவரி 7 அன்று வெளியானது.

பட்ட கஷ்டத்துக்குப் பலனாக படம் வசூல் அள்ளிக் கொண்டிருக்கிறது என்கிறார்கள். பிரச்னைக்கு முந்தைய படத்தின் முழு வெர்ஷனைப் பார்த்ததில் முஸ்லிம்கள் உள்ளிட்ட எந்தச் சமூகத்தினரையுமே தவறாகச் சித்தரிப்பதுபோல் ஏதும் இருந்ததாக எனக்கு உறைக்கவில்லை. கோவையில், மதுரையில் ஒமர் இருந்ததாகச் சொல்வது எல்லாம் ஒரு விஷயமா? குர் ஆன் படித்துவிட்டுக் கொலை செய்யும் காட்சிகளை அல் க்வைதாக் காரர்களே வீடியோவாக வெளியிட்டு இருக்கிறார்களே, உண்மை யான அக்கறையும் உடையாத திராணியும் இருந்தால் அவர்களைக் கேளுங்களேன். அதேபோல் பதின்வயதுச் சிறுவர்களை 'ஜிகாத் புனிதப் போர்' என்ற பெயரில் தீவிரவாதத்துக்குப் பழக்குதலும் ஆஃப்கானிஸ்தானில் நடக்கத்தானே செய்கிறது, அதைக் காட்டுவதில் என்ன தவறு இருக்கிறது?

வேறு ஏதேனும் இஸ்லாமிய ஆட்சேபத்துக்குரிய காட்சி இருந்தால் சொல்லுங்கள், மேற்கொண்டு பேசலாம். உண்மையைக் காட்சிப் படுத்துவது ஒருபோதும் இழிவில்லை. பொய்யே ஆபாசம்.

எல்லாவற்றையும் தாண்டி என் தனிப்பட்ட அட்வைஸ் ஒன்றே: இங்கிருந்து ஓடிவிடுங்கள், கமல். WE DON'T DESERVE YOU.

(ஆழம் - மார்ச் 2013)

19

தந்தைமையின் முலைப்பால் (தங்க மீன்கள்)

குழந்தைகளின் பொம்மைகளாக இருப்பது
பொறுப்புகள் மிகுந்த பணி
என்று கருதும் அவை
தாமும் குழந்தைகளாகவே
நடத்தப்பட வேண்டும்
என்று நினைக்கின்றன

- மனுஷ்ய புத்திரன் ('அதீதத்தின் ருசி' தொகுப்பிலிருந்து)

•

சினிமா பார்த்தெல்லாம் கண்கள் பிசுபிசுத்து நிற்பேன் என்று கனவிலும் கருதியதில்லை. 'காதல்', 'தவமாய்த் தவமிருந்து', 'பருத்தி வீரன்', 'பரதேசி', 'சுப்ரமணியபுரம்' போன்ற படங்கள் கூட மிகுந்த பாதிப்பை ஏற்படுத்தின என்பது தாண்டி கலங்கடித்தன என்றெல்லாம் சொல்லவியலாது. ஆனால், இந்த ராம் என்கிற ராட்சசன் என்னைச் சுக்கலாக உடைத்துவிட்டார்.

'தங்க மீன்கள்.' அன்பும் அழகியலும் இழையோடப் புனைந்திருக்கும் அழுத்தமான செல்லுலாய்டு கவிதை. இதற்கு முன்னர் வெளியான, இதற்கு இணையான படம் என்ன என்று யோசித்தால் மிஷ்கினின் 'நந்தலாலா'தான் நினைவுக்கு வருகிறது.

செல்லம்மா என்ற மகளுக்கும் கல்யாணி என்ற தந்தைக்கு மிடையே இயல்பாகவே உயிர்த்திருக்கும் அதீத அன்பின் அதிருசியே இந்தப் படம். கலாப்பூர்வம் என்பதற்கான எந்தச் சடங்குகளோ சம்பிரதாயங்களோ இன்றி மிகச் சுவாரஸ்யமாகப் பின்னப்பட்ட நேர்த்தியான திரைக்கதை. உறவின் பாசப் பிணைப்பைக் காட்டும் படங்களில் பொதுவாக கதையின் மைய நரம்புக்குத் தொடர்பற்ற மிகையுணர்ச்சிக் காட்சிகள் வைக்க எத்தனிப்பதே தமிழ் சினிமா வழக்கம். 'தங்க மீன்கள்' அதைச் செய்யவில்லை என்பதே இதை அனைவரும் ரசிக்கும் கமர்ஷியல் சினிமா ஆக்குகிறது.

குழந்தையைப் பொறுத்தவரை அதைச் சுற்றியுள்ள நாம் அனைவருமே பொம்மைகள்தாம். இப்படி பொம்மைகளான நாம் மேலே இருக்கும் மனுஷ்ய புத்திரன் கவிதையில் வருவதுபோல் குழந்தையைக் கவனிக்க சிரத்தை எடுத்துக்கொள்கிறோம் என்ற பெயரில் குழந்தைத்தனமாக நடந்துகொள்கிறோம். இந்தப் படத்தில் உண்மையில் யாருமே கெட்டவர்கள் இல்லை என்பது தான் முக்கியமான விஷயம். எல்லோரும் அவரவர் இயல்பில் அவரவர் நியாயங்களுடன் இருக்கின்றனர். அதைச் செயல் படுத்தும் பிடிவாதத்தில் தம் குழந்தைத்தனத்தை வெளிப்படுத்தி விடுகின்றனர். இவர்கள் அத்தனை பேரின் குழந்தைத்தனம் ஏற்படுத்தும் அழுத்தம் காரணமாக இறுதியில் ஒரு நிஜக் குழந்தை பெரிய மனுஷத்தனமாக நடந்துகொள்ள முயற்சிக்கிறது. மிக நுட்பமான இந்த விஷயத்தை காட்சிரீதியாக மிக அழகாகச் சொல்லிவிடுகிறார் ராம்.

அதுவே இந்தப் படத்தின் தனித்துவம்.

தமிழ் சினிமா மிகக் குறைவாகவே குழந்தைகளைச் சித்தரித் திருக்கிறது. 'துர்கா' படம்போல் அதீத நாடகத்தனமான பாத்திரங்கள். அல்லது மணிரத்னம் படங்களில் வருவதுபோல் வயதுக்கு மீறியபாத்திரங்கள். இரண்டும் விடுத்து இயல்பாக குழந்தை களைக் குழந்தைகளாகவே காட்டிய படங்கள் மிகக் குறைவு. யோசித்துப் பார்த்தால் உடனடியாக 'தெய்வத் திருமகள்' மட்டும் தான் நினைவுக்கு வருகிறது (அந்தப் படத்தை இயல்பென்று சொல்லவில்லை; நிலா கதாபாத்திரம் மட்டும்தான்).

'தங்க மீன்கள்' அந்த வகைதான். இதில் வரும் குழந்தைகள் நாடகத்தனமானவை அல்ல; அதீத புத்திசாலிகளும் அல்ல. நாம் நம் வீடுகளில், பக்கத்து வீடுகளில் இயல்பாகச் சந்திக்கும் துடிப்பான குழந்தைகள்.

'கற்றது தமிழ்' படத்திலிருந்தே ராம் வசனங்களில் ஸ்பெஷலிஸ்ட். இந்தப் படத்திலும் அது தொடர்கிறது. அந்தப் படத்தில் ரௌத்ரம்; இந்தப் படத்தில் ப்ரியம். படம் நெடுகிலும் நெகிழவைக்கிற வசனத் துண்டுகள் (My picks: 'பணம் இல்லாதவனை எல்லாம் முட்டாள்னு நினைக்காதீங்கடா', 'பணம் இல்லாம இருக்கறது பிரச்னை இல்லை, இருக்கற இடத்துல இல்லாம இருக்கறதுதான் பிரச்னை', 'நீ மட்டும் செத்துப் போகவே கூடாது, என்னப்பா?', 'நாயைத்தானே அடிக்க முடியும்!').

'தங்க மீன்களு'க்காகராம் சிறந்த இயக்குநருக்கான தங்கத் தாமரை தேசிய விருது பெற்றால் ஆச்சர்யப்பட மாட்டேன்.

•

ராமுக்கு அடுத்தபடி படத்தில் கவனிக்கவைப்பவர் ஒளிப்பதிவாளர் அர்பிந்து சாரா. படம் முழுக்கவும் சாத்தியம் மீறியஅழகுடன் ஆனால், இயல்பு மீறாத யதார்த்தத்துடன் கண்களில் நிறைகிறது. கிராமமோ, கொச்சினோ காணத் திகட்டாமல் காட்சி தீட்டி இருக்கிறார். இதுதான் அவருக்கு முதல் முழுநீளத் திரைப்படம் என நினைக்கிறேன். அபாரமான அறிமுகம்.

அடுத்தது யுவன் ஷங்கர் ராஜா. பாடல்களில் மட்டும் 'ஆனந்த யாழை' மீட்டுகிறார் (அதிலும் 'ஃபர்ஸ்ட் லாஸ்ட்' பாடல் இந்தப் படத்தின் பின்புலத்துக்கும் மூடுக்கும் பொருந்தவில்லை). பின்னணி இசை படத்தின் வீச்சுக்கு நியாயம் செய்யவில்லை. அப்புறம் நா.முத்துக்குமாரின் வசீகர வரிகள்.

செல்லம்மாவாக வரும் பேபி சாதனா கல்யாணியாக வரும் இயக்குநர் ராம் இருவருமே சிறப்பாக நடித்திருக்கிறார்கள். இருவருக்குமே ஆங்காங்கே சில முகபாவங்களில் மிகை துருத்தினாலும் ஒட்டுமொத்த கதைப்போக்கில் உறுத்தலாகத் தோன்றாமல் அந்தக் கதாபாத்திரங்களின் இயல்பு என்பதாகவே எடுத்துக்கொள்கிறேன். அடுத்து குறிப்பிட்டுச் சொல்ல வேண்டியது எல்விடா மிஸ்ஸாக வரும் பத்மப்ரியா. செல்லம்மாவுடன் தொலைபேசும் காட்சி அவரது ஆகச்சிறந்த பெர்ஃபாமன்ஸ். வடிவு பாத்திரத்தில் வரும் ஷெல்லி கிஷோர், கல்யாணியின் தந்தையாக வரும் 'பூ' ராமு, தாயாக வரும் ரோகிணி, தங்கையாக வரும் ரம்யா, ஸ்டெல்லா மிஸ்ஸாக வரும் லிஸி... எல்லோருமே நன்றாக நடித்திருக்கிறார்கள். செல்லம்மாவின் தோழி 'பூரி'

நித்யஸ்ரீயாக வரும் பேபி சஞ்சனா 'கேளடி கண்மணி' நீனாவை நினைவுபடுத்துகிறாள்.

இந்தத் தீவிரமான படத்தைத் தன் பேனரில் தயாரிக்கமுன்வந்ததும், படம் வெளியிட அரங்குகள் கிடைக்காதபோதும் பொறுமை காத்து வெளியிட்டிருப்பதும், படம் மக்களைச் சென்றடைய நன்றாக விளம்பரம் செய்வதும், பல நூதன புரோமோக்களில் இறங்கியிருப்பதும் தயாரிப்பாளராக கௌதம் மேனன் மீது மிகுந்த மதிப்பை ஏற்படுத்துகிறது.

•

படத்தில் வரும் மிகை உணர்ச்சிக் காட்சிகள் பற்றிச் சில விமர்சனங்கள் கேள்விப்படுகிறேன். இருக்கட்டுமே, அன்பு என்பதே ஒருவகையில் மிகைதானே! இன்னும் சொல்லப் போனால் நமக்கு அறிமுகமில்லாத ஒரு விஷயம் காட்டப் பட்டால் சுலபமாக மிகை என்று முத்திரை குத்திவிடுகிறோம்.

'தங்க மீன்க'ளில் வரும் காட்சிகள் மிகையே அல்ல என்பதை நீங்கள் புரிந்துகொண்டு கொண்டாடநீங்கள் செல்லம்மாவாகவோ கல்யாணியாகவோ இருக்க வேண்டும். வேறு வழி இல்லை.

இன்னும் ஒரு விமர்சனம் அப்பா - மகள் கதைக்கு சம்பந்தமே இல்லாத வறுமை எனும் எதிர்மறை சோகத்தைப் படத்தில் திணித்திருக்கிறார் என. இதை நான் உறுதியாக மறுக்கிறேன். 'கற்றது தமிழ்' படத்தில் ராம் இதைச் செய்திருந்தார் என்பது உண்மையே. தமிழ் படித்தவன் இன்று படும் கஷ்டங்களைக் காட்டுவதுதான் படத்தின் நோக்கம் எனில், கதை நாயகன் குடும்பத்தைக் கோரமானதொரு விபத்தில் இழப்பது, ஆசிரியரை இழப்பது, காதலியைப் பிரிவது, அவளைப் பாலியல் தொழிலாளி யாக சந்திப்பது போன்ற சோகங்கள் எதுவும் அவசியமே இல்லை தான். காரணம், அவன் தமிழ் படித்ததாலோ சம்பாத்தியம் குறைவாக இருப்பதாலோ இவை நிகழவில்லை. அதனால் அவை படத்துக்குள் நுழைக்கப்பட்டிருக்கும் அநாவசிய எதிர்மறைகள்தாம்.

ஆனால் 'தங்க மீன்கள்' அப்படி அல்ல. இது கதையே வறுமை நிலையில் இருக்கும் ஒரு தந்தைக்கும் அவனது மகளுக்கும் இடையேயான பாசம்தான். சொல்லப்போனால் பணம் இருப்பவன் மிகச் சுலபமாக தன் குழந்தையின் தேவையை நிறைவேற்றுவதில் பாசத்தைவிட அவன் பொருளாதாரமே முன்

நிற்கிறது. ஆனால், பணம் அற்றவன் அலைந்து திரிந்து பொருளீட்டி தன் குழந்தையின் ஆசையை நிறைவேற்றுவதில்தானே பாசம் ஜ்வலிக்கிறது!

மற்றுமொரு விமர்சனம், குழந்தை வளர்ப்பு சார்ந்து படம் முன்வைக்கும் விஷயம் சார்ந்தது. குழந்தைகளைக் கண்டிக்கவே கூடாதா? அவர்கள் படிக்காமல் இருந்தால் கேட்பது தவறா? அவர்கள் கேட்டால் எதுவென்றாலும் வாங்கித் தர வேண்டுமா? என்று. படம் அவற்றை எல்லாம் சொல்லவே இல்லை. 'அரசுப் பள்ளிக்கூடங்களைவிடத் தனியார் பள்ளிகளே சிறந்தவை என நினைத்துக்கொண்டு உங்கள் வசதிக்கு மீறிச் செலவழித்து, நீங்களும் கஷ்டப்பட்டு, குழந்தையையும் சிரமப்படுத்தாதீர்' என்பதுதான் 'தங்க மீன்கள்' முன்வைக்கும் ஒரே கருத்து.

மற்றபடி, மகள் கேட்பதை வாங்கித் தர அலைவது என்பது அந்தத் தந்தையின் பாசத்தை உணர்த்தவைக்கப்பட்டிருக்கும் விஷயம் மட்டுமே. அதிலும் பொருளின் விலையறியாதே செல்லம்மா ஆசைப்படுகிறாள் என்பது தெளிவாகவே சொல்லப்படுகிறது. ஆனாலும் அதெல்லாம் ஒரு காரணமா என நினைக்கிறான் கல்யாணி. அவனது ஒரே ஹீரோயிஸம் அதுதான்!

கடைசியாக வைக்கப்படும் முக்கியமானவிமர்சனம் பல விஷயங் களைக் குழப்பி எடுத்து வைத்திருக்கிறார் என்பது. ராம் சொல்ல வந்திருப்பது அப்பா - மகள் பாசமா, வறுமையின் சோகமா, கல்விப் பிரச்னையா என்று கேட்கிறார்கள். Titanic காதல் படமா, கப்பல் படமா என்று கேட்பது போன்றதே இது. இரண்டுமே என்பதுதான் அந்தக் கேள்விக்கான பதில். அதேபோல் 'தங்க மீன்கள்' பிரதானமாகப் பேசும் விஷயம் குழந்தை வளர்ப்புதான். ஆனால், அது மட்டுமல்ல; அதைச் சுற்றி மேலே கேட்கப்பட்ட எல்லாமும் சொல்லப்படுகின்றன. அதில் அநாவசியமும் ஏதும் இல்லை; குழப்பமும் ஏதும் இல்லை.

•

'தங்க மீன்கள்' அடிப்படையில் குழந்தைகளுக்கான படம் அல்ல; அவர்களோடு அதிகம் பழக நேரும் பெற்றோர்களுக்கும் ஆசிரியர் களுக்குமான படம். அவர்கள் தங்களை இந்தப் படத்தின் கதாபாத்திரங்களில் பார்க்கலாம். வீடு திரும்பிய பின்னர் தாம் ஏதேனும் மாறவேண்டி இருக்கிறதா என்பது குறித்து யோசிக்கலாம். படம் யோசிப்பதும் யாசிப்பதும் அதைத்தான்.

நல்ல சினிமாவை முதுகில் தட்டுவதும், முதுகில் குத்துவதும் தமிழ் சினிமா ரசிகர்களின் கையில்தான் இருக்கிறது. நான் நேற்று ஓசூர் மஞ்சுநாதாவில் படம் பார்த்தபோது முக்கால்வாசி நிறைந்த அரங்கில் அடிக்கடி சிரிக்கிறார்கள், ஆங்காங்கே புன்னகைக்கிறார்கள், க்ளைமேக்ஸில் எழுந்து நின்று கை தட்டுகிறார்கள், அரங்கைவிட்டு வெளியே வருகையில் கடைவிழியோரம் கசியும் நீரை மெல்லத் துடைத்துக்கொள்கிறார்கள். இதைக்கொண்டு பார்க்கையில் படம் வியாபார வெற்றியும் அடைந்துவிடுமென்றே அவதானிக்கிறேன். இயக்குநர் ராம் மற்றும் படக் குழுவினருக்கு பாராட்டுகள்!

●

படம் பார்த்த பின் அதியமான் - அவ்வை - நெல்லிக்கனி பற்றிய தேவதேவன் கவிதையை மாற்றிப் போடத் தோன்றுகிறது.

அன்பின் தீண்டல் அறிந்ததனாலோ
அமரவாழ்வு எய்தி நிற்கின்றனர்,
கல்யாணியும் செல்லம்மாவும்
வோடஃபோன் நாய்க்குட்டியும்?

(31, ஆகஸ்ட் 2013)

20

ஐ லவ் யூ மிஷ்கின் (ஓநாயும் ஆட்டுக்குட்டியும்)

‘மேய்ப்பனாயிராதவனும், ஆடுகள் தனக்குச் சொந்தமல்லாதவனுமான கூலியாள் ஓநாய் வருகிறதைக் கண்டு ஆடுகளைவிட்டு ஓடிப்போகிறான்; அப்பொழுது ஓநாய் ஆடுகளைப் பீறி, அவைகளைச் சிதறடிக்கும்.‘

- பரிசுத்த வேதாகமம் (புதிய ஏற்பாடு - யோவான்: அதிகாரம் 10 வசனம் 12)

•

எல்லாத் திரைப்படங்களும் ஒரே நோக்குடையவை அல்ல. சில சினிமாக்கள் கண்களுக்கு; சில சினிமாக்கள் காதுகளுக்கு; சில சினிமாக்கள் கைகளுக்கு; சில சினிமாக்கள் கால்களுக்கு; சில சினிமாக்கள் குறிகளுக்கு. அரிதாகச் சில சினிமாக்கள் மனதிற்கானவை. இந்த வருடம் குறிப்பிட்ட எண்ணிக்கையிலான திரைப்படங்கள் அந்த வகையில் வெளிவந்திருக்கின்றன.

பாலாவின் ‘பரதேசி’, ராமின் ‘தங்க மீன்கள்’ ஆகியவற்றைத் தொடர்ந்து இப்போது மிஷ்கினின் ‘ஓநாயும் ஆட்டுக்குட்டியும்.’

தமிழ் சினிமாவின் மகத்தான தனித்துவம் மிஷ்கின். ‘சித்திரம் பேசுதடி’ *(2006)*, ‘அஞ்சாதே’ *(2008)*, ‘நந்தலாலா’ *(2010)*, ‘யுத்தம் செய்’ *(2011)*, ‘முகமூடி’ *(2012)* படங்களுக்குப் பிறகு மிஷ்கின் இயக்கியிருக்கும் ஆறாவது படம் ‘ஓநாயும் ஆட்டுக்குட்டியும்.’

‘ஓநாயும் ஆட்டுக்குட்டியும்’ ஒரு சைக்கலாஜிக்கல் த்ரில்லர் திரைப்படம். வில்லன், பழிவாங்கல் எனஎல்லாம்கொண்ட கொஞ்சம் Cinematic கதைதான். ஆனால், அநாவசிய Deviation-கள் இல்லாமல் நேர்க்கோட்டில் பயணம் செய்து, துல்லியமாக முடிவுறும் திரைக்கதை. முதன்முதலாக மஞ்சள் புடவை, குத்துப்பாட்டு, ஹீரோயின் போன்ற வழக்கமான சமரசங்கள் ஏதுமில்லாமல் மிஷ்கின் முயன்றிருக்கும் த்ரில்லர். சொந்தத் தயாரிப்பு என்பதால், இந்தச் சுதந்திரம் சாத்தியமாகி உள்ளது.

ஒருவகையில் மிஷ்கினின் ‘அஞ்சாதே’, ‘யுத்தம் செய்’, ‘ஓநாயும் ஆட்டுக்குட்டியும்’ மூன்றையும் Dark Crime Trilogy எனலாம்.

இந்த மூன்று படங்களுமே ஒரே மாதிரி mood-ல் அமைந்தவை. எல்லாமே குற்றப் பின்னணி. அதன் நீட்சியான தேடல்கள், துரத்தல்கள், மரித்தல்கள். இருள், இருள் எல்லாமே இருள். இருண்மையிலிருந்து முகிழ்க்கும் குற்றங்கள். அவற்றின் பின்னே உருண்டோடத் தயாராக நிற்கும் கண்ணீர். இவற்றைச் சந்திக்கத் தயங்கும் மனோரஞ்சிதமே மிஷ்கின் படங்கள்.

‘ஓநாயும் ஆட்டுக்குட்டியும்’ படத்தில் பேசவேண்டியிருப்பது இரண்டே விஷயங்கள்தாம். ஒன்று மிஷ்கின் தீட்டியிருக்கும் மாயத் திரைக்கதை; மற்றது இளையராஜா மீட்டியிருக்கும் மந்திர இசை. ஒன்று, அதன் உயிர்; மற்றது அதன் ஆன்மா.

ஓர் இரவு; ஒரு காடு. ஓர் ஓநாய்; சிலஆட்டுக்குட்டிகள். ஒரு கரடி; சில புலிகள். என்ன நடக்கிறது என்பதுதான் கதை.

பட்டு கத்தரித்தாற் போன்ற கச்சிதமான திரைக்கதை. ஒவ்வொரு காட்சியும் சுவாரஸ்யத்தைக் குழைத்துக்கொண்டு அடுத்த காட்சியை நோக்கி விநாடி முள்ளாக வேகம் தெறிக்கிறது. மிக முக்கியமாகக் கதையின் போக்கில் எந்தப் பகுதியையுமே முன் அனுமானிக்க முடிவதில்லை. திரைக்கதையை அவ்வளவு நெருக்கமாக, நேர்த்தியாக நெய்திருக்கிறார் மிஷ்கின்.

பண்டைய கிரேக்கத்தின் ஈஸாப் நீதிக்கதைகளில் வரும் 155-வது கதை (Perry Index) ‘ஓநாயும் ஆட்டுக்குட்டியும்.’ ஓநாய்க்குக் கடும் பசி. வழியில் சந்திக்கும் ஆட்டுக்குட்டியை அது கொன்று தின்ன விரும்புகிறது. பழி பாவம் வராமலும், மனசாட்சி உறுத்தாமலும் அதைச் செய்ய ஆட்டுக்குட்டியின் மீது இல்லாத பொல்லாத பொய்க் குற்றங்களையெல்லாம் சுமத்தி அதைக் கொல்கிறது

ஓநாய். கிட்டத்தட்ட இதே லைன்தான் 'ஓநாயும் ஆட்டுக் குட்டியும்' படத்திலும். ஆனால், சற்று வேறு perspective.

ஓநாயோ, ஆட்டுக்குட்டியோ எப்போதும் அதுவாகவே இருப்ப தில்லை. சூழலைப் பொறுத்து ஓநாய் ஆட்டுக்குட்டியாகவும், ஆட்டுக்குட்டி ஓநாயாகவும் திரிகின்றன. ஒட்டுமொத்தமாகப் பார்த்தால் மனிதர்களின் கூட்டு புத்தியானசமூகம்தான் இங்கு ஓநாய்; ஒவ்வொரு தனிமனிதனுமே ஒரு சந்தர்ப்பத்தில் அதனிடம் ஆட்டுக்குட்டியாகச் சிக்கிக்கொள்கிறான். சமூகத்துக்கு அந்த அப்பாவியைத் தண்டிக்கக் காரணம் தேவை. பொய்யோ, நிஜமோ காரணம் போதும் திருப்தி அடைய.

படத்திலும் உல்ஃப், சந்துரு இரண்டு பாத்திரங்களுமே அப்படித் தான். ஓநாயாகவும் ஆட்டுக்குட்டியாகவும் மாறி மாறி அவதரிக் கின்றனர். மிஷ்கின் அதை மிகத் துல்லியமாக நம்மை உணர வைக்கிறார். முக்கியமாக சந்துரு ஓநாயாக மாறும் தருணம் தனக்கான நியாயங்களைத் தானே உருவாக்கிக்கொள்கிறான். அவனுக்கு உல்ஃபையும் கெட்டவனாகக் காட்டவேண்டும், தானும் பாதிக்கப்பட்டவன் என்ற பிம்பம் வேண்டும். அவனிடம் யாரும் காரணம் கேட்பதில்லை. ஆனாலும் அவன் மனசாட்சிக்கு அவனே காரணம் சொல்பவன்போல் தான் செய்யும் தவறுகளுக்கு (கார்த்தியைக் கொல்வதாக மிரட்டுவது) நியாயம் கற்பிக்கிறான். தரிசனம் மிகுந்தவலுவானதத்துவார்த்த காட்சித்துண்டு அது.

வழக்கம்போல் மிஷ்கினின் குறியீடுகள் ஆங்காங்கே காணக் கிடைக்கின்றன. போனில் டாக்டரின் instructions கேட்டு சந்துரு ஆபரேஷன் செய்த காட்சிக்குப் பின் சிலந்தி வலை பின்னி முடித்தகாட்சி ஓர் உதாரணம். அந்த டாக்டர் உதவ முடிவெடுக்கும் சூழல் ஓர் இழவு நிகழ்வு என்பது அவர் மனம் convince ஆவதை விளக்கம் தேவையின்றிக் காட்டிவிடுகிறது. திரைக்கதையில் இதுபோல் ஆங்காங்கே கவிதை சொருகி வைத்திருக்கிறார். அசுர உழைப்பு; தேவ கணங்கள்.

சொல்லப்போனால் அவர் படத்தின் இருள்கூட குறியீடுதான். நோய்க்கூறு மனநிலைகள் செயல்படும் Gloomy darkness!

இசை என் அப்பன், ஞான பண்டிதன் இளையராஜா. முன்னணி இசை என்று மிஷ்கின் குறிப்பிடுவது மிகையே அல்ல. படத்தில் திரைக்கதை, நடிகர்கள், தொழில்நுட்பம் எல்லாம் பின்னுக்குத் தள்ளப்பட்டு இசைதான் முன்னே நிற்கிறது. முழுக்க முழுக்க

ராஜா ராஜ்யம். படம்விட்டு வெளிவருகையில் ஓர் இரவு முழுக்க இளையராஜாவின் இசையோடு அமிழ்ந்து கிடந்து எழுந்தது போன்ற பிரமையும் பிரமிப்பும் ஒருசேரஏற்படுகின்றன. ராஜா! என்ன மனுஷனய்யா நீர்?

சேஸிங் காட்சிகளில் வரும் Growl, த்ரில்லான காட்சிகளில் வரும் Grim Reaper, க்ரிமேட்ரியில் மிஷ்கின் கதை சொல்லும்போது வரும் A fairy tale, ஓநாயிலிருந்து ஆட்டுக்குட்டி எட்டிப் பார்க்கும் போது வரும் Firefly, க்ளைமேக்ஸில் வரும் Redemption, படத்தின் தீம் ம்யூஸிக்காக வியாபித்திருக்கும் Compassion எல்லாமே மிகச் செறிவான இசைக்கோர்வைகள். எல்லாவற்றுக்கும் மேலாக Somebody loves us all. அது இளையராஜா தன்னைப் பற்றி தானே போட்டுக்கொண்டதுபோல!

'நந்தலாலா', 'ஹே ராம்', 'விருமாண்டி', 'பிதாமகன்', 'ரமணா' போன்ற ராஜாவின் உச்சமான பின்னணி இசைப் பங்களிப்புகள் கொண்ட படங்களுடன் 'ஓநாயும் ஆட்டுக்குட்டியும்' படத்தையும் வைக்கலாம். பின்னணி இசையமைப்புக்கு ஒரு பாடம் இந்தப் படம் என்று சொல்வது cliché என்றாலும் வேறு வழியில்லை. அதுதான் நிஜம். BGM-க்கானதேசிய விருது reserved.

மிஷ்கின், ஸ்ரீ இருவரும்தான் படத்தின் பிரதான பாத்திரங்கள். மிகச் சிறப்பாக நடித்திருக்கிறார்கள். மிஷ்கின் 'ஓநாயும் ஆட்டுக்குடியும்' கதை சொல்லும்போதும், ஸ்ரீ ஆபரேஷன் செய்யும்போதும் காட்டும் முக பாவங்கள் அற்புதங்கள். இசை விமர்சகர் ஷாஜியும் ஒரு பாத்திரம் ஏற்று ஓரளவு நன்றாகவே செய்திருக்கிறார். வில்லன் மட்டும் கொஞ்சம் பிளாஸ்டிக். சிறு பாத்திரங்களில் வருபவர்கள் (திருநங்கை, நீலிமா, கார்த்தி, அம்மா) கூட சிறப்பாகவே பங்களித்திருக்கிறார்கள்.

தான் ஓநாய் என்பதைப் புலப்படுத்த பல காட்சிகளில் மிஷ்கின் ஓநாயின் உடல்மொழியை, குரலைப் பிரதியெடுக்கிறார். க்ளைமேக்ஸில் பேஸ்மென்ட்டில் கார்த்தியையும் அம்மாவையும் காப்பாற்ற அலைக்கழியும் காட்சி ஓர் உதாரணம்.

யார் ஒளிப்பதிவு செய்தாலும் மிஷ்கின் படங்களில் மிஷ்கின்தான் ஒளிப்பதிவு எனத் தோன்றும். மகேஷ் முத்துஸ்வாமி, சத்யாவுக்கு அடுத்து இந்தப் படத்தில் பாலாஜி வி.ரங்கா. கேமரா ஆங்கிள்களில் மிஷ்கின் ஒரு தமிழ் ராம் கோபால் வர்மா. ஆனால் அவரைவிடச் சற்றே sensible ஆன கோணங்கள். ஒலிப்பதிவும் படத்தொகுப்பும் கலையமைப்பும்கூட கச்சிதம்.

மிஷ்கின் படத்தை இயக்கியிருக்கிறார், எழுதியிருக்கிறார், நடித்திருக்கிறார், எல்லாவற்றுக்கும் மேல் தயாரிப்பும் அவரே. A composition without compromise. மிஷ்கினை வணங்குகிறேன். சமரசமே இல்லாமல் தன் பாணியில் இன்னும் பல படங்கள் இயக்கி, இந்தியாவின் சிறந்த இயக்குநராக மிளிர வாழ்த்துகிறேன். ராம், மிஷ்கின் போன்றவர்கள் திரைப் போராளிகள்.

படத்தில் தர்க்கப் பிழைகளே இல்லை எனச் சொல்ல வரவில்லை. அங்கொன்றும் இங்கொன்றுமாகச் சில இருக்கத்தான் செய்கின்றன. தவிர மிஷ்கினே சொல்லியபடி அவர் எடுப்பது யதார்த்த சினிமாவே அல்ல. அவருடைய சினிமா உலகம் யதார்த்த சினிமாவுக்கும் ஃபேன்டஸி சினிமாவுக்கும் இடையில் ஒரு புள்ளியில் நிற்கிறது. அவரது தனித்துவம் அதுதான்.

இந்தப் படத்துக்கு ரீலீஸ் தள்ளிப் போய் இப்போதும் மிகக் குறைவான மிகச் சுமாரான திரையரங்குகளில் மட்டுமே வெளியாகியிருக்கிறது. வழக்கம்போல் சுரணையே இல்லாமல் பல்லிளித்துக்கொண்டிருக்கிறோம். வாழ்க தமிழ்; வளர்க தமிழர்கள்.

ஸ்டார்ட் ஆகாத பைக்கை உதைத்து முயற்சிக்கும் நேரம் முழுக்கதுப்பாக்கிக்கு பயந்து சல்யூட் அடித்து நிற்கும் வயதான கான்ஸ்டபிளை ஸ்டார்ட் ஆனதும் சுட்டுக் கிளம்புவான் வில்லன். அவருக்கும் நமக்கும் பெரிய வித்தியாசம் இல்லை!

இதுவரையிலான தமிழ் சினிமா சரித்திரத்தில் ஆகச்சிறந்த த்ரில்லர் படம் இது. 'நந்தலாலா'வுக்கு அடுத்தபடி மிஷ்கின் அளித்திருக்கும் சிறந்த திரை அனுபவம் இதுவே. சமகாலத் தமிழ் சினிமாவின் மிகச் சிறந்த இயக்குநர் மிஷ்கின்தான்.

'ஓநாயும் ஆட்டுக்குட்டியும்' - இளையராஜாவின் ஆனந்தத் தாண்டவம்; மிஷ்கினின் ருத்ர தாண்டவம். Must must must watch!

(28, செப்டெம்பர் 2013)

21

துன்பியல் த்ரில்லர் (Madras Café)

•

ஈழத்தில் பிரச்னை எனில், தமிழ் நடிக நடிகையர் திரண்டு கறுப்புச் சட்டையணிந்து ராமேஸ்வரத்தில் கூடிக் குரல் கொடுப்பது பழக்கம்தான் என்றாலும், தமிழில் ஈழப்போரின் பின்புலத்தை வைத்து எடுக்கப்பட்ட தீவிரமான படங்கள் மிகக் குறைவே.

ஆர்.கே.செல்வமணியின் 'குற்றப் பத்திரிகை', சந்தோஷ் சிவனின் 'டெரரிஸ்ட்', மணிரத்னத்தின் 'கன்னத்தில் முத்தமிட்டால்', ஏ.எம்.ஆர்.ரமேஷின் 'குப்பி' ஆகியவற்றைச் சொல்லலாம். மெயின் ஸ்ட்ரீம் சினிமா அல்லாமல் லீனா மணிமேகலை 'செங்கடல்' என்ற படத்தை இயக்கியிருக்கிறார். சுப்ரமணியம் சிவா தற்போது ஜெயமோகனின் 'உலோகம்' நாவலை படமாக்கிக்கொண்டிருப்பதாகத் தெரிகிறது. பிரச்னையை மேலோட்டமாகாப் பேசும் 'தெனாலி', 'கண்டுகொண்டேன் கண்டுகொண்டேன்', 'நந்தா', 'ஆயிரத்தில் ஒருவன்', 'பில்லா - 2'0, 'நீர்ப்பறவை', 'கடல்', 'மரியான்' போன்றவற்றை விடுத்துப் பார்த்தால் இதுதான் உருப்படியான பட்டியல்.

தற்போது இந்தியில் சூஜித் சர்க்கார் Madras Cafe படத்தில் இதைத் தொட்டிருக்கிறார்.

•

பா.ம.க., ம.தி.மு.க., விடுதலைச் சிறுத்தைகள், நாம் தமிழர் உள்ளிட்ட கட்சிகள் தமிழ் மக்களையும் ஈழப்போரையும்

தவறாகச் சித்தரித்திருப்பதாக இந்தப் படத்துக்குத் தடை கோரியதன் காரணமாக தமிழக அரசு இந்தத் திரைப்படத்துக்குத் தடை விதித்திருக்கிறது.

சற்று நிதானமாகப் படத்தை அணுகி கவனித்தால், படத்தில் ஈழத்தமிழ் மக்கள் பற்றி எந்தத் தவறான சித்தரிப்பும் இல்லை. இலங்கையில் தமிழீழ மக்களின் உரிமைக்காகப் போராடிய அமைப்புகளின் மீது குறிப்பாக விடுதலைப்புலிகளைக்கூட இந்தப் படம் தவறாகக் காட்டவில்லை. எதிர்மறையாகக் காட்டப் பட்டிருக்கும் ஒரே விஷயம் விடுதலைப்புலிகள் தலைவர் பிரபாகரனின் ஆளுமை மட்டுமே. அதுவும் வரலாற்றைத் திரிக்கும் வேலை ஏதும் இல்லை. அவரது கருத்துகள், பிடிவாதம் குறித்த விமர்சனங்களே இடம்பெறுகின்றன. ஒரு சராசரி வட இந்தியர் எவரோடு நீங்கள் ஈழப்போர் குறித்து உரையாடினாலும், அவர் பிரபாகரன் குறித்து இந்த வகை நிலைப்பாடே கொண்டிருப்பார். இயக்குநரும் அதையே முன்வைக்கிறார்.

படம் ஓர் ஈழத்தமிழர் / விடுதலைப்புலியின் பார்வையில் காட்டப் படவில்லை; ஒரு ரா அதிகாரிதான் கதைசொல்லி. அதையும் கணக்கில்கொள்ள வேண்டும்.

ராஜீவ் கொலை வழக்குக் குறித்து புலனாய்வில் நேரடியாகப் பணிபுரிந்த சிபிஐ அதிகாரிகள் கார்த்திகேயன், ரகோத்தமன் இருவரும் தனித்தனியாக நூல்கள் எழுதியிருக்கிறார்கள். அவற்றுக்கிடையே கூட குறிப்பிட்ட அளவிலான முரண்கள் இருக்கின்றன. அதனால் இந்த விஷயத்தில் முழு உண்மை என்பது யாருக்குமே தெரியாது என்றே தோன்றுகிறது. சுஜீத் சர்கார் தனக்குத் தெரிந்த விஷயங் களைக்கொண்டு தன் கருத்துகளை இந்தப் படத்தில் பதிந்திருக்கிறார். அவ்வளவுதான்.

இதில் நமக்கு மறுப்பு இருந்தால், சரித்திரம் பிழையாகக் காட்டப் பட்டிருப்பதாகத் தோன்றினால் அதை எழுத்தின் மூலமோ பேச்சின் மூலமாகவோ வேறொரு படத்தின் மூலமாகவோ பதிவு செய்வதே ஜனநாயகவழியாக இருக்க முடியும்.

•

பாலஸ்தீனத் தீவிரவாதிகளுக்கு எதிரான இஸ்ரேல் அரசின் ரகசிய வேட்டையைச் சித்தரிக்கும் ஸ்டீவன் ஸ்பீல்பெர்க்கின் Munich, அமெரிக்க சிஐஏ-வின் ஒஸாமா பின் லேடன் தேடுதல் வேட்டையைக் காட்டும் கேத்ரின் பிகலோவின் Zero Dark Thirty

போன்ற படங்களோடு சூஜித் சர்க்காரின் Madras Café-ஐ ஒப்பிடத் தோன்றுகிறது.

அடிப்படையில் ராஜீவ் கொலைச் சதி பற்றிய படம் என்றாலும், இலங்கை ஈழப் பிரச்னையில் ரா என்ற இந்திய உளவு அமைப்பின் கை எவ்வளவு தூரம் ஆழப்பதிந்திருந்தது என்ற உண்மை முகத்தில் அறைகிறது. எந்த ஊரில் இருக்கிறது எனத் தெளிவாகக் குறிப்பிடப்படாத Madras Café என்ற ஹோட்டலில்வைத்துதான் ராஜீவ் படுகொலைக்கான ஆரம்ப விதை ஊன்றப்பட்டிருக்கிறது என்கிறது படம்.

இது, ஜேம்ஸ் பாண்ட் வகை சாகசப் படம் அல்ல. எந்தவித ஹீரோயிஸமும் இல்லாமல் இயல்பாக எடுக்கப்பட்டிருக்கிறது (Use brains, not muscle என வசனமே இருக்கிறது). ஆனாலும், படம் பரபரப்பு தூவின சுவாரஸ்யத்துடன் நகர்கிறது.

படத்தின் திரைக்கதை ஒன்றுக்கொன்று தொடர்புடைய இரு தர்க்கத்துண்டுகளாகப் பிரிந்துகிடக்கிறது. ஒன்று, இந்திய அமைதிப்படை இலங்கையிலிருந்து திருப்பிப் பெறப்பட்ட 1990-ம் ஆண்டின் பிற்பகுதியில் இலங்கையில் தமிழர் உரிமைக்காகப் போராடும் அமைப்புகளை பலவீனமாக்கும் நோக்கோடு ரா உளவு அமைப்பால் இலங்கையின் ஜாஃப்னாவுக்கு (யாழ்ப்பாணத்துக்கு) அனுப்பப்படும் ஓர் இந்திய ராணுவ வீரன் பற்றியது. இன்னொன்று, 1991-ம் ஆண்டின் முற்பகுதியில் அவன் இந்தியா திரும்பிய பின்னர், மக்களவைத் தேர்தலை ஒட்டி ஓர் ஈழத்தமிழ் அமைப்பினரால் முன்னாள் இந்தியப் பிரதமரின் உயிருக்குக் குறிவைக்கப் பட்டிருப்பதை அறிந்து அதை முறியடிக்க முயற்சிப்பது.

மிகு தேடல் நிறைந்த வாசிப்புக்கும் உழைப்புக்கும் ஊடே சோம்நாத் டே மற்றும் சுபேந்து பட்டாச்சார்யா இருவரும் படத்தின் திரைக்கதையைப் புனைந்திருப்பது புலனாகிறது. நிஜ சம்பவங்களைப் புள்ளிகளாக வைத்துக்கொண்டு திறமையாக, கோடுகளால் இணைத்து அழகான சித்திரமாக திரைக்கதை அமைத்திருக்கின்றனர்.

சரித்திரத்தை நாவலாக்கும் / திரைப்படமாக்கும் முயற்சியில் பயன்படும் அதே நுட்பம்தான் இதிலும் உபயோகிகப்பட்டிருக்கிறது - கற்பனைப் பாத்திரம் ஒன்றை நாயகனாக்கி சரித்திரத்தில் பயணிக்கச் செய்வது. சாண்டில்யனின் 'ஜலதீபம்', ர.சு.நல்ல பெருமாளின் 'கல்லுக்குள் ஈரம்', அகிலனின் 'நெஞ்சின்

அலைகள்', சுஜாதாவின் 'ரத்தம் ஒரே நிறம்', கமல்ஹாசனின் 'ஹே ராம்', ப்ரியதர்ஷனின் 'சிறைச்சாலை' போன்றவை உதாரணங்கள். இதில் மேஜர் விக்ரம் சிங் பாத்திரம்.

மேஜர் விக்ரம் சிங்காக ஜான் ஆப்ரகாம் குறை என்று ஏதும் குறிப்பிட முடியாத இயல்பில் நடித்திருக்கிறார். படத்தின் தயாரிப்பாளரும் இவரே. படத்தில் நடிப்பில் மிகக் கவர்ந்தவர்கள் இருவர். ஒருவர், இலங்கையில் பணிபுரியும் பிரிட்டிஷ் யுத்தகளச் செய்தியாளர் ஜெயாவாக நடித்திருக்கும் இந்தி நடிகை நர்கீஸ் ஃபக்ரி; மற்றவர், ஜாஃப்னாவில் ரா உளவுப் பிரிவு அதிகாரியாகப் பணிபுரியும், இந்தியாவுக்கு துரோகம் செய்யும் பாலா பாத்திரம் ஏற்றிருக்கும் கன்னட நாடக நடிகர் பிரகாஷ் பேலாவாடி. இருவரும் மிக யதார்த்தமான நடிப்பைப் பிரமாதமாக வெளிப் படுத்தியிருக்கிறார்கள். பிரபாகரனை ஒட்டிய அண்ணா பாஸ்கரன் பாத்திரத்தில் நடித்திருக்கும் அஜய் ரத்னமும் பரவாயில்லை. படத்தில் நிறையத் தமிழ் வசனங்களும் உள்ளன.

இதில் வரும் பாலா கதாபாத்திரம் 1987-ம் ஆண்டில் ரா அதிகாரி யாக இருந்து அமெரிக்காவின் சிஐஏவிடம் ஒரு பெண் விவகாரத்தில் சிக்கி, அதை மறைக்க அவர்களுக்கு உளவு சொல்லிக்கொண்டிருந்து மாட்டிக்கொண்ட கே.வி.உன்னிகிருஷ்ணன் என்பவரை ஒட்டியது எனத் தோன்றுகிறது. படத்தின் கதை நடக்கும் காலம் இந்தச் சம்பவத்துக்குப் பிந்தையது என்ற போதிலும், புலிகளுக்கு அல்ல, சிஐஏவுக்கே உளவு சொன்னார் என்றாலும், திரைக்கதை சுவாரஸ்யத்துக்காக அதைப் பயன் படுத்தியிருக்கிறார்கள். இதுபோல் ரா அமைப்பின் உள்ளரசியல் போன்றவற்றையும் கோடிகாட்டுகிறது.

'குற்றப் பத்திரிக்கை'யில் ராஜீவ் கொலையாளிகள் நுட்பமற்று சித்தரிக்கப்பட்டிருந்தாலும் அதுதான் முதல் முயற்சி. பிறகு 'குப்பி', 'டெரரிஸ்ட்' படங்களில் யதார்த்தமான பதிவுகள் இடம் பெற்றன. 'மெட்ராஸ் கஃபே' படத்திலும் அதற்கு இணையான துல்லியத்தோடு கிட்டத்தட்ட அனைத்து பாத்திரங்களும் காட்டப் பட்டிருக்கின்றன.

படத்தில் எல்டிடிஈ, பிரபாகரன், காங்கிரஸ், ராஜீவ் காந்தி என நேரடியாகப் பெயர்கள் குறிப்பிடப்படவில்லை. மாற்றுப் பெயர் களைப் பயன்படுத்தியிருக்கிறார்கள். ரா மட்டும் அப்படியே. 'விக்ரம்' நாவலில் ரா (RAW - Research & Analysis Wing)

அமைப்புக்கு ப்ரா (BRA - Bureau of Research & Analysis) என மாற்றுப் பெயர் சூட்டியிருப்பார் சுஜாதா!

படத்தின் ஒளிப்பதிவு மிகச் சிறப்பாக வந்திருக்கிறது. கமல் ஜீத் நேகி என்பவர் பணியாற்றியிருக்கிறார். கலை இயக்குநர் நிஜத்துக்கு வெகு அருகில் கொண்டு வர மெனக்கெட்டிருக்கிறார். உதாரணமாக ரா அலுவலகங்கள் எல்லாமே அபாரம்.

நகைச்சுவை, கவர்ச்சி, பாடல்கள், சண்டை என படத்தின் மைய இழையைச் சீரழிக்கும் மசாலா சமாசாரங்கள் இல்லை. தட்டையாக அமைக்கப்பட்டிருக்கும் விக்ரம் சிங்கின் மனைவி பாத்திரம் தவிர படத்தில் பெரிய குறை ஏதுமில்லை.

ஒரு வரலாற்று நிகழ்வை அசலாகக் காட்சிப்படுத்தியிருக்கும் படக்குழுவினருக்கு மரியாதை செலுத்தும் முகமாகவும் வெளிப்பாட்டுச் சுதந்திரத்தை உறுதிப்படுத்தும் பொருட்டும் தடையை நீக்கி இந்தப் படம் தமிழகத்தில் வெளியிடப்பட வேண்டும்.

(ஆழம் - அக்டோபர் 2013)

22

உடல் எனும் சிலுவை (Ship of Theseus)

எல்லா மாறுதல்களுக்கும்
நம் மனதைப் பழக்க முடிகிறது
இந்த உடல்தான்
ஒவ்வொன்றையும் வன்மையாக எதிர்க்கிறது.

மனுஷ்ய புத்திரனின் இந்த வரிகளின் திரைவடிவம்தான் Ship of Theseus திரைப்படம்!

ஒரு பொருளின் உதிரி பாகங்கள் அனைத்தையுமே மாற்றி விட்டால், இருப்பது அப்பொருளா வேறு ஒன்றா? வெளியே எடுத்த உதிரி பாகங்கள் அனைத்தையும் கொண்டு ஒரு புதுப்பொருள் உருவாக்கினால் அது அதே பொருளா? உண்மையாக அப்பொருள் இரண்டில் எது? இது ஒரு தத்துவார்த்தக் கேள்வி. 1-ம் நூற்றாண்டில் வாழ்ந்த கிரேக்க தத்துவஞானி ப்ளூடார்க் இந்தச் சிந்தனையை கப்பலையும் அதன் உதிரி பாகங்களையும்வைத்து எழுப்பினார். அதுதான் Ship of Theseus. இந்த விநோதப் புதிரின் அடிப்படையில் அமைந்ததுதான் Ship of Theseus படமும்.

இது ஓர் இந்தி - ஆங்கில தத்துவத் திரைப்படம். இந்திய சினிமாவில் Philosophical genre அரிது. நம்மூர் மிஷ்கினின் 'நந்தலாலா', மீரா நாயரின் Monsoon Wedding, தீபா மேத்தாவின் Midnight's Children, ப்ரயாஸ் குப்தாவின் Siddharth: The

Prisoner, ராக்கேஷ் ரஞ்சன்குமாரின் Dear Friend Hitler போன்றவற்றை இந்த வகைமையில் சொல்லலாம்.

படத்தின் இயக்குநர் ஆனந்த் காந்தி அடிப்படையில் ஒரு குறும்பட இயக்குநர். இதுதான் அவருக்கு முதல் முழுநீளப் படம். கன்னி முயற்சியிலேயே இந்திய சினிமாவின் முக்கியமான திரைப் படத்தைப் படைத்துவிட்டார் ஆனந்த்.

•

மூன்று வெவ்வேறு கதைகளை ஒரு மையச் சரடுவழி இணைக்கும் திரைக்கதை. உறுப்பு மாற்று அறுவைசிகிச்சையின் நீட்சியாக ஒருவரின் உடல், அடையாளம், நம்பிக்கைகள் ஆகியவற்றைத் தத்துவரீதியாக கேள்விக்குள்ளாக்குகிறது இந்தப் படம். அதாவது, உடல்தான் இங்கே தீஸியஸின் கப்பல்; உறுப்புகள் உதிரி பாகங்கள்.

ஆலியா பார்வையற்ற இளம்பெண். ஆனால், தன் ஆண் நண்பரின் விவரணை உதவியுடன் புகைப்படம் எடுத்து அபாரமான கலைஞராக விளங்குகிறார். தன் படைப்புகளில் அவர் சமரசம் செய்துகொள்வதில்லை. அவருக்கு விழிப்படல மாற்று அறுவைசிகிச்சை நடக்கிறது. பார்வை கிடைத்த பிற்பாடு அவளது புகைப்படக்கலை என்ன ஆகிறது என்பது மீதிக்கதை. மைத்ரேயா ஒரு துறவி, ஆனால் நாத்திகர். விலங்குகளைத் துன்புறுத்தி ஆராய்ச்சிக்குப் பயன்படுத்தும் மருந்து நிறுவனங்களுக்கு எதிராகப் போராடுபவர். அவருக்கு கல்லீரலில் கரணை நோய் பீடிக்க அவர் எதிர்த்து வந்த மருத்துவத்தையே சாரவேண்டி யிருக்கிறது. அவர் என்ன முடிவுவெடுக்கிறார் அவரது கொள்கைகள் என்னவாகின்றன என்பது பிற்பாதி. நவீன் ஒரு பங்குத் தரகன். சமூகச் சிந்தனை ஏதுமற்ற சராசரி இளைஞன். அவனுக்குச் சிறுநீரக மாற்று அறுவைசிகிச்சை நடந்த சில நாள்களில் சிறுநீரகம் திருடப்பட்ட ஓர் ஆசாமி பற்றி அறிய நேர்கிறது. அதுபற்றிக் குற்றவுணர்வுடன் விசாரிக்கையில் வெளிநாட்டவர் ஒருவருக்கு அது விற்கப்பட்டிருப்பதை அறிந்து அவரைத் தேடிப்போகிறான். அவன் தேடல் என்னவாகிறது என்பது உச்சக் காட்சி.

ஜெர்மானிய நாவலாசிரியர் பேட்ரிக் சஸ்கிண்டின் Das Parfum நாவலில் வரும் க்ரெனௌல்லி என்ற கொலைகாரன் பாத்திரத்துடன் ஆலியா தன்னை ஒப்பிட்டுக்கொள்கிறாள். க்ரெனௌல்லிக்கு வாசனை; ஆலியாவுக்கு ஒளி. அவனுக்கு சென்ட்; இவளுக்குப் புகைப்படம். ஆனால், இருவருக்குமான தேடல் ஒன்றுதான். அது

அவனைக் கொலைகாரனாகவும் இவளைப் பெரும் கலைஞராக வும் ஆக்குகிறது.

மைத்ரேயாவின் கதையில் வரும் 'சார்வாகா' என்ற பாத்திரத்தினுடனான அவரது உரையாடல்கள் முக்கியமானவை. நோய்க்கு மருந்து எடுத்துக்கொள்ள மறுக்கும் மைத்ரேயாவிடம் விலங்குகளின் மேல் பிரயோகிக்கப்படும் வன்முறை போன்றதே அவர் தன் உடலை வருத்துவதும் என்கிறான். அடிப்படை வாதத்தில் ஊறிய ஒரு தற்கொலைப் போராளியுடன் அவரை ஒப்பிடுகிறான். அது சரியென்றேபடுகிறது.

நவீனின் பகுதி எளிமையான ஒரு சிறுகதைபோன்றது (உண்மையில் சுஜாதாவின் 'டிஎன்ஏ' என்ற குறுநாவலை நினைவுறுத்துகிறது இது), சிந்தனைகளைவிட அதிகம் சம்பவங்களால் ஆனது. மூன்றில் மிக நேரடியாகச் சொல்லப்பட்ட கதை இதுதான். படுக்கையிலிருக்கும் தன் பாட்டி சிறுநீர் கழிக்க நவீன் உதவும் காட்சி விளக்கமாகக் காட்டப்படுவதன் மூலம் அவனது கதாபாத்திரம் சுலபமாக நிறுவப்பட்டுவிடுகிறது.

மூன்று கதைகளும் மும்பையில் தொடங்கி உலகின் வெவ்வேறு ஸ்தலங்களில் முடிகின்றன. படம் நெடுக ஆழமான உரையாடல்களின்வழி, நுட்பமான காட்சிகளின்வழி பல்வேறு சிக்கலான தத்துவத் தெறிப்புகளை முன்னிறுத்தி அதன் நீட்சியாகக் கேள்விகளையும் எழுப்பி பார்வையாளனை சிந்தனைமயமாக்கி விடுகிறது படம்.

ஈராயிரம் ஆண்டுகளுக்கு முன்னர் ஹெராக்ளைடஸ், சாக்ரடீஸ், ப்ளாட்டோ போன்ற பெரியவர்கள் சிந்தித்ததை நம்மையும் தற்போது யோசிக்கவைக்கிறது இந்தப் படம்.

Ship of Theseus ஒரு மாதிரி செல்லுலாய்டில் செதுக்கிய மினி 'விஷ்ணுபுரம்' என்பேன்.

•

இந்தப் படத்துக்கு மிகப் பிரதானமான பங்களிப்பாளர்கள் என இருவரைச் சொல்லலாம். ஒருவர், இயக்குநர் ஆனந்த் காந்தி; இன்னொருவர், ஒளிப்பதிவாளர் பங்கஜ்குமார். குஷ்புரங்கா என்பவருடன் இணைந்து இருவரும் திரைக்கதை எழுதியுள்ளனர்.

பிரபல ஒளிப்பதிவாளர்களைக்கொண்டு இறக்குமதி செய்யப் பட்ட கேமராக்கள் பயன்படுத்தி பெரும் பணம் செலவழித்து

உலகத்தரத்தில் ஒளிப்பதிவு செய்வதாகச் சொல்லும் அத்தனை பேரும் இந்தப் படத்தைக் கட்டாயம் பார்க்க வேண்டும். ஒவ்வொரு காட்சியும் உச்சபட்ச நேர்த்தியுடன் அழகியல் கவிதையாகப் பதிவாகியிருக்கிறது. இத்தனைக்கும் அவர்கள் பயன்படுத்தியது வழக்கமான உயர்ரக சினிமா கேமரா அல்ல; Canon EOS-1D Mark IV என்ற DSLR கேமரா மட்டுமே.

ஆலியா பாத்திரத்தில் நடித்த அய்தா அல்காஷெஃப் என்ற எகிப்திய நடிகையும், மைத்ரேயா பாத்திரத்தில் நடித்த நீரஜ் கபி என்ற நாடக நடிகரும் மிக அபாரமாக வெளிப்பட்டிருக்கிறார்கள். சோஹம் ஷா ஏற்றிருக்கும் நவீன் பாத்திரத்துக்கு நடிக்கும் வாய்ப்புக் குறைவுதான் (படத்தின் தயாரிப்பாளர் இவர்தான்).

இந்தப் படம் உண்மையில் 2012-ம் ஆண்டின் பிற்பகுதியிலேயே டொரான்டோ திரைப்படவிழாவில் வெளியானது. பிற்பாடு பல சர்வதேச விழாக்களில் திரையிடப்பட்டு பல விருதுகளையும் குவித்திருக்கிறது. இந்தியாவின் கிரண் ராவும் (அமீர்கான் மனைவி) யூடிவியும் இணைந்து இந்தப் படத்தைத் தற்போது திரைக்குக் கொண்டுவந்திருகிறார்கள். படத்தைப் பார்த்து சேகர் கபூர், ஷியாம் பெனகல், அனுராக் காஷ்யப், திபாகர் பேனர்ஜி, அதுல் குல்கர்னி... என இந்திய சினிமாவின் முக்கிய ஆசாமிகள் மிரண்டுபோயிருக்கிறார்கள்; பாராட்டித்தள்ளியிருக்கிறார்கள்.

இந்தப் படம் நெடுநாளைக்கு சிந்தனைகளின்வழி உங்களை உறக்கமிழக்கச் செய்யும்!

(ஆழம் - செப்டெம்பர் 2013)

23

யுத்தத்தின் வித்துகள் (Children of War)

ஒரு வரலாறு உண்டு. கொடூர வரலாறு. வரலாறு என்பதே கொடூரங்களின் தோரணம்தானே! யோசித்துப் பார்த்தால், உண்மையில் கொடூரங்கள் மட்டுமே வரலாற்றில் அழுத்தம் திருத்தமாகத் தவறாமல் பதிவுறுகின்றன! ஹிட்லர், முசோலினி, ஸ்டாலின், போல்பாட், ராஜபக்ஷேவை மறப்போமா? அவ்வளவு ஏன்... சரி, விடுங்கள்!

1971-ம் ஆண்டில் ஒன்பது மாதங்கள் பாகிஸ்தானுக்கு எதிராக நிகழ்ந்தது பங்களாதேஷ் சுதந்திரப் போர். தங்கள் உரிமைகள் சரிவர கவனிக்கப்படவில்லை என்பதால், மேற்கு பாகிஸ்தானி லிருந்து தனி நாடாகப் பிரிந்து செல்ல விரும்பியது பங்களாதேஷ் எனும் கிழக்கு பாகிஸ்தான். அதனால் பாகிஸ்தானிய ராணுவம், கிழக்கு பாகிஸ்தானில் குவிக்கப்பட்டு மக்கள் ஒடுக்கப்பட்டனர். கொலைகளும், கொள்ளைகளும், சித்ரவதைகளும் சகஜமாக இருந்தன. உள்நாட்டுப் போர் ஆரம்பமானது.

யுத்தங்களின்போது பெண்கள் வல்கலவி செய்யப்படுவது தொன்றுதொட்டு வழக்கில் இருந்துவரும் மானுடக் கலாசாரம் தான் என்றாலும், இங்கே கொஞ்சம் வேறு மாதிரியானது. இளம் பெண்களை முகாம்களில் அடைத்து வைத்து தொடர்ச்சியான கூட்டுப் பாலியல் வல்லுறவுக்கு உட்படுத்தி, திட்டமிட்டு அவர்களைக் கர்ப்பம் ஆக்கினர். அதாவது

‘பாகிஸ்தாலினிருந்துதானே சுதந்திரம் கேட்கிறீர்கள், இப்போது இந்த பங்களாதேஷ் பெண்களுக்குப் பிறக்கப் போகும் குழந்தைகள் பாகிஸ்தானியர்கள் விந்திலிருந்து ஜனித்தவை தானே’ என்கிற மனோரீதியான தாக்குதல். சுமார் 4 லட்சம் பெண்கள் இப்படி வன்புணர்ச்சி செய்யப்பட்டதாகத் தெரிகிறது.

இதில் பாதிக்கப்பட்ட நிறைய பங்களாதேஷ் மக்கள் அகதிகளாக இந்தியா வந்தனர். புரட்சிப்படை ஒன்று உருவாகி, ராணுவத்துக்கு எதிராக கொரில்லா முறைத் தாக்குதல்களில் இறங்கியது. கடைசியில் இந்திரா கால இந்தியா தலையிட்டு பாகிஸ்தானுடன் போரிட்டு பங்களாதேஷுக்கு சுதந்திரம் வாங்கித் தந்தது. சுபம்.

Children of War இந்திப் படம் அதைப் பற்றியதுதான். கதாநாயகி ரைமா சென் (‘தாஜ்மஹால்’ பட நாயகி ரியா சென்னின் மூத்த சகோதரி). மூன்று வெவ்வேறு கதைகளின்வழி அந்த ஒன்பது மாதப் போராட்டம் சொல்லப்படுகிறது. இதில் ஒருத்தி கர்ப்பமாகி, தன் கணவனை மீண்டும் சேர்கிறாள். இன்னொருத்தி, குடும்பத்தை இழந்து தன் கற்பைக் காத்துக்கொள்கிறாள். சில வலிமையான காட்சிகள் கொண்ட நல்ல படம்தான் என்றாலும், மனதை உலுக்குவதுபோல் இன்னும் வலுவாக எடுத்திருக்கலாம்.

அதைப் பற்றிய என் கருத்துகளை ட்விட்டரில் பதிந்திருந்தேன். படத்தின் இயக்குநர் ம்ருத்யுஞ்சய் தேவ்ரத் அதைப் படித்துவிட்டுச் சில கேள்விகளை எழுப்பினார். அதற்கு விரிவாக பதிலிறுக்க முயன்றேன். அந்த உரையாடலின் சற்று சீர்படுத்தப்பட்ட மொழியாக்கம்தான் இது. அவருக்கு இதுதான் முதல் படம் என்பது கவனிக்கத்தக்கது.

@writercsk: Children of War படத்தில் எதிர்பார்த்த தாக்கம் இல்லை.

@Mdevrat: நிஜமாகவா? நீங்கள் இதை எப்படிச் செய்திருப்பீர்கள் எனச் சொல்லுங்கள். எதிர்காலத்தில் உதவும்.

@writercsk: உங்கள் கேள்வி சீரியஸானது எனில் பதில் சொல்கிறேன்.

நான் தமிழ்நாட்டிலிருந்து வந்தவன். கடந்த ஐந்தாண்டுகளுக்கும் மேலாக சினிமா விமர்சனம் செய்கிறேன். இங்கே யதார்த்த சினிமா எடுக்கப்படுவது பாலா, அமீர், சசிக்குமார் போன்ற இயக்குநர்களால். அவை காட்சிரீதியாகவும், உள்ளடக்கரீதியாகவும் மிக

அழுத்தமானவை. 'பரதேசி' படம் ஓர் உடனடி உதாரணம். அது காலனியாதிக்க கால தேயிலை தோட்டத் தொழிலாளர்கள் அனுபவித்த துன்பங்களை உணரச் செய்யும். அது உங்களை அதிர்ச்சியுறச் செய்யும்.

நான் சொல்லும் தாக்கம் என்பது இதுதான். இந்தப் பின்னணியிலிருந்து பார்க்கும்போது Children of War போன்ற ஒரு வரலாற்றுப் படத்துக்கு என் எதிர்பார்ப்பு அதிகமாகவே இருக்கும். எனக்கு உங்கள் படம் பிடித்திருந்தது. அது தான் சொல்ல வந்த செய்தியைச் சரியாகவே சொல்கிறது. ஆனால், காட்சிரீதியாக அதன் தாக்கம் இன்னும் வலுவாக இருந்திருக்கலாம் என்பதே என் நிலைப்பாடு.

இந்தப் படமே வன்புணர்ச்சிகள் பற்றியதுதான். ஆனால், படத்தில் காட்டப்படும் வல்லுறவுகள் சாதாரணமாக இருக்கின்றன. ஒரு வணிக சினிமாவுக்கு இது போதுமானது. ஆனால், யதார்த்த சினிமாவுக்கு? 'பருத்தி வீரன்' என்ற படத்திலிருந்து ஒரு கொடூரமான வன்புணர்வு எப்படி இருக்கும் என உதாரணம் சொல்ல முடியும். அந்தக் காட்சி உங்களை சுக்கலாக உடைத்துப்போடும்.

உங்கள் படத்தில் அத்தகைய தாக்கம் மிக்க கணங்கள் இல்லவே இல்லை என்று சொல்ல வரவில்லை. நிச்சயம் இருக்கின்றன. கைக்குழந்தை சத்தம் போடாதிருக்க மூச்சை அழுத்திப் பிடித்து அது இறந்து போகும் காட்சி, ராணுவ கேம்ப்பில் ஒரு பெண்ணை பலர் கூட்டாக வன்கலவி செய்வதை ராத்திரி முழுக்க நின்றபடி பார்க்கும் பிற பெண்கள் ஒவ்வொருவராக மயங்கி விழும் காட்சி, டென்ட்டில் நடக்கும் வல்லுறவுகள் வெளியிலிருந்து விளக்கொளியில் நிழலாகத் தெரியும் காட்சி... போன்றவை உதாரணங்கள்.

ஆனால், வரலாற்றுப் பின்னணியில் எடுக்கப்படும் ஓர் எதார்த்த சினிமாவுக்கு இதுபோல் நிறைய வலுவான காட்சிகள் தேவை. அதுதான் பார்வையாளனை படம் முழுமைக்கும் ஓர் இருண்மை உணர்விலேயே வைத்திருக்கும்.

@Mdevrat: நீங்கள் இன்னும் என் கேள்விக்கு பதிலளிக்கவில்லை. நீங்கள் இதை எப்படி எடுத்திருப்பீர்கள்?

@writercsk: அது ஒரு திரை விமர்சகனின் வேலை அல்ல. தவிர, நான் உங்கள் படத்திலிருந்தும் பிற படங்களிலிருந்தும் சொன்ன உதாரணங்களிலேயே அதற்கான பதில் மறைமுகமாக

இருக்கிறதே! சரி, விளக்கமாகவே சொல்கிறேன். ஏனெனில் சொல்லாமல் விடுவது பதில் சொல்வதிலிருந்து நழுவதாகப் புரிந்துகொள்ளப்படலாகா! ஆனால், நான் ஓர் எழுத்தாளன் என்பதால் இதற்கு உற்சாகமாக பதிலளிக்க முடியும். ஆனால், எல்லா விமர்சகர்களும் அதையே செய்ய வேண்டும் என்று எதிர்பார்ப்பது சரியல்ல.

1) இது வன்கலவி பற்றிய படம் என்பதால் (பிரதானமாக வேணும்) படத்தையே ஓர் உக்கிரமான வன்கலவியிலிருந்து தான் தொடங்குவேன். அது பார்வையாளனை பேச்சற்றுப் போகச் செய்யும். உதாரணமாக உங்கள் படத்தின் ரைமா சென்னை வன்புணர்ச்சி காட்சியிலிருந்தே தொடங்கலாம். முதலில் அது போர்வைக்குள் நடப்பதாக எடுக்க மாட்டேன். அடுத்து அது ஒரு கொடூரமான கூட்டுப் பாலியல் வல்லுறவாக அமையும். அவள் கணவன் இடையில் மயக்கமுற மாட்டான். இறுதிவரை கண்ணீருடன் கதறியபடி அதைப் பார்த்துக் கொண்டிருப்பான். இடையே ரைமா சென்னின் கண்களும் அவனது கண்களும் சந்தித்துக்கொள்ளும்.

2) ராணுவ அதிகாரி பிரவீன் மஹோத்ராவின் மரணம் அத்தனை எளிமையானதாக இருக்காது. முதலில் அவர் ரைமா சென்னின் கணவனால் கொல்லப்பட மாட்டார். அது பெண்ணின் கற்பு என்பது கணவனுக்கு உரிமையானது என்ற கருத்தை முன்வைப்பதாக இருக்கிறது. அவர் தன் ராணுவ கேம்ப்பில் அடைத்துவைக்கப்பட்டுள்ள, தான் வன்கலவி செய்த பெண்களாலேயே கொடூரமாகக் கொல்லப்படுவார். உதாரணமாக ஆண்குறி அறுக்கப்பட்டு ரத்த வெள்ளத்தில் இறப்பார். அவர் இறந்த பின்னரும் அந்தப் பெண்களின் கோபம் அடங்காது. அவரது பிணம் கசாப்புக்கடைபோல் துண்டு துண்டாக வெட்டப்பட்டு அதிலிருந்து ரத்தம் தெறிக்கும். படத்தின் இடையே வரும் ஒரு பாடலில் ரத்த ஆறு காட்டப்படுமே, அந்தக் காட்சி மறுபடி ஃப்ளாஷ் செய்யப்படும். ஒரு ரத்தம் தோய்ந்த கவித்துவ நீதி.

3) பல வன்கலவி முகாம்களை படத்தில் காட்டுவேன். அவற்றுக்கிடையேயான சம்பாஷணை, போக்குவரத்து இவற்றைச் சொல்லும் சில காட்சிகளை வைப்பேன். அது போல் பல முகாம்கள் இருந்தன என்பது காட்சிரீதியாக பார்வையாளனுக்கு உணர்த்தப்படும். அதாவது, படத்தின்

கதை குறிப்பிட்ட ஒரு முகாம் பற்றியதுதான் என்றாலும் 4 லட்சம் பெண்கள் வன்கலவி செய்யப்பட்டார்கள் என்பதை காட்சிரீதியாகப் புரியவைக்கவேண்டியது அவசியம். இது போல் நூற்றுக்கணக்கான முகாம்கள் இருக்கின்றன, அவற்றில் ஒன்றை மட்டும் உதாரணமாக நான் பார்த்துக்கொண்டிருக் கிறேன் என்கிற உணர்வு பார்வையாளனுக்கு ஏற்பட வேண்டும்.

4) படத்தில் காட்டப்பட்ட வன்கலவிகளின் எண்ணிக்கை படத்தின் தலைப்பான Children of War என்பதற்கு நியாயம் செய்யுமளவுக்குப் போதுமானதாக இல்லை. ராணுவ வீரர்களுக்கு எப்போதெல்லாம் தினவு எடுக்கிறதோ அப்போ தெல்லாம் போய் விரும்பிய பெண்ணை அடைந்தார்கள் என்பது சில காட்சிகளில் மட்டும் அல்லாமல் நிறைய முறைகள் காட்சிகளாகவும், வசனங்களாகவும் சொல்லப்படும். தவிர, ஒட்டுமொத்த படத்திலும் ரைமா சென் கர்ப்பமுறுவது மட்டும்தான் காட்டப்படுகிறது. முகாமில் இருக்கும் நிறையப் பெண்கள் (குறிப்பாக 15, 16 வயதுப் பெண்கள்) கர்ப்பம் சுமப்பதுபோல் படத்தின் முடிவில் காட்டப்படும். படத்தின் இறுதியில் எழுத்துக்களாக இந்த வரலாறு குறித்த புள்ளியியல் விவரங்களைப் போடுவதைவிட இப்படி காட்சிரீதியான சித்தரிப்பே வலுவானது.

5) முகாமில் வைத்து வன்கலவி செய்யப்படும் ஒரு பெண்கூட தற்கொலை செய்துகொள்வதில்லை (கத்தியே சுடப்பட்டு சாகும் பெண், தற்கொலைக்கு எத்தனிக்கும் ரைமா சென் போன்றவை நேரடியானவை அல்ல). குறைந்தது ஒரு பெண்ணாவது தற்கொலை செய்வதுபோல் காட்சி வைப்பேன். அப்போது அவள் கர்ப்பமாக இருப்பாள். அதேபோல் கர்ப்பமுற்ற பெண்களை ராணுவத்தினர் வன்கலவி செய்வது போன்ற காட்சிகள் இல்லை. பங்களாதேஷ் பெண்களைக் கர்ப்பமுற வைப்பதுதான் நோக்கம் என்றாலும், அப்படி ஆனதும் பாகிஸ்தான் ராணுவத்தினர் ஒன்றும் செய்யாமல் சும்மா விட்டுவைத்திருப்பார்களா என்ன? இதுவும் தாக்கத்தை அதிகரிக்கும்.

அவ்வளவுதான். இதில் சில மிக வக்கிரமாகத் தோன்றக்கூடும். ஆனால், ஒரு வக்கிரத்தைப் பற்றிப் படமெடுக்க நீங்கள் வக்கிரமாகவே சிந்திக்கவேண்டியிருக்கும்.

இதெல்லாம் இப்போது உடனடியாக என் மனதில் தோன்றிய சில உதாரணங்கள் மட்டுமே. ஆனால், எதுவும் இலவசமாகக் கிடைக்காது. மேலும், இதுபோல் காட்சிகள் கேட்க விரும்பினால் உங்கள் அடுத்த திரைக்கதையில் இணைந்து பணிபுரியலாம். நன்றி.

@Mdevrat: உங்கள் கருத்துகளுக்கு நன்றி. Cheers!

@writercsk : -)

(25, மே 2014)

24

ஹாலிவுட் தங்க மீன்கள் (Interstellar)

காலமே வெளி!
இன்று கண்டது
நேற்றையது,
இன்றையது நாளைக்கு.
இக்கணத்தின் கரையைத்
தீண்டாத
இப்புதிய புவனத்தின் பிரவாகம்
வேறொரு பரிமாணத்தில்.

- பிரமிள் ($E=mc^2$ கவிதையிலிருந்து, 1972)

•

நான் அதிகம் ஆங்கிலப் படங்களோ உலகப் படங்களோ பார்ப்பவனில்லை. IMDb Top 250 பட்டியலில் அதிகபட்சம் நான் 10 படங்கள் பார்த்திருந்தாலே பெரிய விஷயம். அவ்வப்போது ஆஸ்கர் விருதுப் பட்டியலில் அடிபடும் சிலவற்றை மட்டும் பார்ப்பது வழக்கம் (*உதா:* Life of Pi, Zero Dark Thirty, Gravity, Her).

இவை எல்லாவற்றுக்கும் மேலாக நான் பார்க்கும் முதல் கிறிஸ்டோஃபர் நோலன் படம் INTERSTELLAR. இதில் ஆர்வம் ஏற்படக் காரணம், சில மாதங்களுக்கு முன்னர் இது wormhole-ஐ அடிப்படையாகக்கொண்ட படம் எனக் கேள்விப்பட்டதுதான்.

சார்பியல் (Relativity) போன்ற சிக்கலான விஞ்ஞானங்களை குழப்பாமல் எப்படி திரையில் காட்சிப்படுத்தியிருக்க முடியும் என்ற எளிமையான ஆர்வமே அது!

கொஞ்சம் சுயபுராணம். சார்பியல் கொள்கை எனக்கு அறிமுகமானது மூன்று படிநிலைகளில். முதன்முதலில் 15 வயதில் சுஜாதாவின் 'ஏன்? எதற்கு? எப்படி?' புத்தகத்தின் வழியாக. அதன் பிறகு 11-ம் வகுப்புப் படிக்கையில் தமிழ்நாடு பாட நூற்கழக இயற்பியல் புத்தகத்தின் மூலமாக. கடைசியாக, என் 10-ம் வகுப்பு இயற்பியல் ஆசிரியர் சண்முகசுந்தரம் வழிகாட்டுதலில் கிட்டிய Robert Resnick, Jearl Walker & David Halliday ஆகியோர் எழுதிய *Fundamentals of Physics* புத்தகம் வாயிலாக. சார்பியல் குறித்தப் பல விஷயங்கள் துல்லியமாகப் புரியவில்லைதான் (இப்போதும்) என்றாலும், அது இயற்பியலின் மீது தீராத போதையைக் கிளர்த்தியது. ஒருகட்டத்தில் 12-ம் வகுப்பு முடித்ததும் பிட்ஸ் பிலானியில் ஐந்தாண்டு M.Sc., இயற்பியல் படிப்பில் சேரும் ஆசைகூட கொஞ்சம் நாள் இருந்தது. பிற்பாடு புரட்சி செய்யாமல் ஊருடன் ஒத்து வாழ பொறியியல் சேர வேண்டியதாகிவிட்டது. ஆனாலும், ஸ்டீஃபன் ஹாக்கிங்ஸ் புத்தகங்கள், Scientific American என அவ்வப்போது சார்பியலின் மீதான பிரேமை தொடர்ந்து கொண்டுதான் இருந்தது. அதுதான் INTERSTELLAR எதிர்பார்ப்புக் காரணத்தின் முன்கதை.

படம் எனக்கு மிகப் பிடித்திருந்தது. Theoretical Physics-க்கு உருவமளித்ததில் இது ஒரு முக்கியமான சாதனை. அந்த உந்துதலில் மீண்டுமொரு முறை படத்தைப் பார்த்துத் திரும்பிய கையோடு இதை எழுதிக்கொண்டிருக்கிறேன். இதை விமர்சனம் என்று எடுத்துக்கொள்வதைவிட இந்தப் படத்தை எப்படி அணுகினேன் என்ற அனுபவக் குறிப்பாகக்கொள்வதே சரி.

முடிவை முதலிலேயே சொல்லிவிடுகிறேன். பிறகு பின்னோக்கிப் போகலாம். INTERSTELLAR - MUST MUST MUST WATCH!

•

இது முழுக்க விஞ்ஞானப் படம் என்றும், முழுக்க மனிதம் பற்றிய படம் என்றும் இரு வேறு தரப்புகளைக் காண்கிறேன். உண்மையில் இது something in between, consciously. இன்னும் சொல்லப்போனால் இரண்டையும் கச்சிதமாக இணைத்துப்

பின்னி மிகச் சுவாரஸ்யமாக முன்வைக்கிறது. நானறிந்தவரை ஹாலிவுட்டில் ஸ்டீவன் ஸ்பீல்பெர்க்கின் பாணி இது. ET, Jurassic Park ஆகியவற்றில் இதைத்தான் செய்தார்.

நோலனும் அதையே செய்திருக்கிறார். ஒரே வித்தியாசம் அவற்றில் இருப்பதைவிட இது சற்று அடர்த்தியாக விஞ்ஞானம் பேசுகிறது. அதுவே இந்தப் படத்தைத் தனித்துவமாக்குகிறது. மனிதகுலத்தை வழிநடத்துவதே (தர்க்கத்துடன் ஒட்டிய) உள்ளுணர்வுகள்தாம் என்பதே படம் சொல்லும் செய்தி. மர்ஃப் கடிகாரத்தில் தகவல் இருப்பதைக் கண்டறிவதும், அமேலியா எட்மண்ட்ஸ் கிரகத்துக்குப் போக நினைப்பதும் அப்படித்தான்.

INTERSTELLAR படத்தின் திரைக்கதையை வழக்கம்போல் தன் சகோதரர் ஜோனதன் நோலனுடன் இணைந்து எழுதியுள்ளார் கிறிஸ்டோஃபர் நோலன். முதல் பாதியில் கதைப்போக்கில் தொடர்ச்சியாக விழும் முடிச்சுகள்; இரண்டாம் பகுதியில் தாங்கள் தலைச்சிறந்த முடிச்சவிக்கிகள் என்பதை நிரூபிக்கிறார்கள் நோலன் சகோதரர்கள். விண்வெளி பற்றிய படம்தான் என்றாலும் Gravityபோல் வறட்சியாக அல்லாமல் Speed போன்ற ஒரு டிப்பிகல் ஹாலிவுட் மசாலா படத்துக்கு இருக்கவேண்டிய அதிவேகமும் சுவாரஸ்யமும் படத்தில் தெறிக்கிறது. அதே சமயம் Gravity அளவுக்கு இது visual treat அல்ல என்பதை ஒப்புக்கொள்ள வேண்டும். அதற்கான போதுமான வாய்ப்போ, தேவையோ இதில் இல்லை.

கால விரிவை (Time Dilation) அடிப்படையாகக்கொண்டு பல விஞ்ஞானப் புனைவுகளும் கவிதைகளும் எழுதப்பட்டுவிட்டன. *உதா:* A.H. Reginald Buller-ன் *Limerick* (There was a young lady named Bright, / Whose speed was far faster than light; / She started one day / In a relative way, / And returned on the previous night.) மற்றும் சுஜாதாவின் 'விளையாட்டு' *(ஐன்ஸ்டைனின் தியரி சரியென்றால் / இக்கவிதையை நாளை தொடங்கி / நேற்று முடிக்கலாம்.)*. INTERSTELLAR-க்கு நெருக்கமான ஒரு சிறுகதை தமிழில் உண்டு. சேவியர் எழுதிய 'ஏலி ஏலி லெமா சபக்தானி.'

ஆனால், இவற்றிலெல்லாமிருந்து INTERSTELLAR முக்கியமான தளத்தில் முற்றிலும் வேறுபடுகிறது. மற்றதில் எல்லாம் கால விரிவின் விளைவுகளைவைத்தே படைப்பை உருவாக்கியிருக்

கிறார்கள். INTERSTELLAR-லும் அது உண்டுதான். ஆனால், அதைத் தாண்டி இதில் கால விரிவு எப்படி நடக்கிறது என அறிவியல்பூர்வமாக அணுக முயன்றிருக்கிறார்கள்.

•

படத்தைப் புரிந்துகொள்ள நாம் விண்வெளி மற்றும் இயற்பியலின் சில அடிப்படைகளைப் புரிந்துகொள்ள வேண்டும். முதலில் கால விரிவு என்றால் என்ன? எளிமையாகச் சொன்னால் காலம் எல்லா இடங்களிலும் ஒரே மாதிரி இருக்காது. எப்படி நம் உடல் எடை வெவ்வேறு கிரகங்களிலும் அதனதன் ஈர்ப்பு விசை காரணமாக மாறுபடுகிறதோ, அதேபோல் காலமும் மாறுபடும். ஆனால் ஈர்ப்பு விசையும் எடையும்போல் இந்த வித்தியாசமானது அத்தனை நேரடியானதோ எளிதில் உணரக்கூடியதோ அல்ல. இதை ஐன்ஸ்டைன் தன் சார்பியல் கொள்கைகளில் (Relativity Theories) விளக்குகிறார்.

இதுபோல் காலம் விரிய இரண்டு சந்தர்ப்பங்கள் உண்டு: *1)* இரு வேறு வேகங்களில் நகரும் பொருள்களுக்குள் காலம் வேறுபடும் என்கிறது சிறப்பு சார்பியல் கொள்கை (Special Relativity). இதைச் சார்பியல் வேக கால விரிவு (Relative Velocity Time Dilation) என்கிறார்கள். அதாவது, அதிவேகமாக நகரும் ஒரு பொருள் கால விரிவை உணரும். பூமியிலிருக்கும் காலத்தைவிட விண்வெளியில் அதிவேகத்தில் நகரும் ஒரு விண்கலத்தில் இருப்பவர்களுக்கு காலம் மெள்ள நகரும். ஒளி வேகத்தின் அருகில் சென்றால், காலத்தில் பின்னோக்கிப் போகலாம் எனும் புனைவுகள் இதை ஒட்டியவைதாம்.

அடுத்தது *2)* இரு வேறு ஈர்ப்பு விசைகளுக்குள்ளிருக்கும் பொருள்களுக்குள் காலம் வேறுபடும் என்பது பொதுச் சார்பியல் கொள்கை (General Relativity). இதை ஈர்ப்பு விசை கால விரிவு (Gravitational Time Dilation) என்கிறார்கள். அதாவது அதீத ஈர்ப்பு விசையின் கீழ் இருக்கும் பொருள் கால விரிவைப் பெறும். மிக அதிக ஈர்ப்பு விசைக்கு ஆட்பட்டிருக்கும் ஒரு கிரகத்தின் காலம் பூமியிலிருக்கும் காலத்தைவிட மெள்ள நகரும். அந்த கிரகத்தில் ஒரு மணி நேரம் கழியும்போது இங்கே ஏழாண்டுகள் கடந்துவிட வாய்ப்புண்டு! இதைத்தான் INTERSTELLAR படத்தில் அழகாக எடுத்தாண்டிருக்கிறார்கள்.

(விண்வெளிப் பயணம் மேற்கொள்ளும் அஸ்ட்ரோநட்கள் பூமி திரும்புகையில் விண்வெளியில் இருந்த காலத்துக்கு இணையாக அவர்களுக்கு வயது கூடாமல் மெல்லிய வேறுபாடு இருப்பதற்கு மேற்சொன்ன இரண்டுமே காரணம்.)

அடுத்தது அண்டவெளிப் புழுத்துளை (Wormhole). ஐன்ஸ்டைன் - ரோஸன் ப்ரிட்ஜ் என்பது இதன் அறிவியல் பெயர். இதுவரை நிரூபிக்கப்படாத, தற்போதைக்கு சித்தாந்தப்பூர்வமான விஷயம் இது. துளை என்று பெயர் இருந்தாலும் அது இரட்டைப் பரிமாணத்தில் சித்தாந்தத்தை எளிதில் விளக்கவைக்கப்பட்ட பெயர் மட்டுமே. மற்றபடி புழுத்துளை என்பது ஒரு கோளம். பிரமாண்ட கோளம். இதற்கு இரு முனைகள் இருக்கும். மிக மிகத் தொலைவே இருக்கும் இரு வேறு இடங்களுக்கு, இரு வேறு காலங்களுக்கு இது சுருக்கு வழி.

மிக மிகத் தொலைவு என்றால் கோடிக்கணக்கான ஒளி ஆண்டுகள். அதாவது ஒளி வேகத்தில் பயணித்தாலே கோடிக்கணக்கான ஆண்டுகள் ஆகிவிடும் அந்த இரு இடங்களுக்கு மத்தியிலான தூரத்தைக் கடக்க. புழுத்துளை இந்தப் பிரச்னையைத் தீர்க்க உதவும். புழுத்துளையின் ஒரு முனையில் நுழைந்தால், கொஞ்ச நேரத்தில் அடுத்த முனையை அடைந்துவிடலாம். அதாவது, கோடிக்கணக்கான ஒளி ஆண்டுகள் தூரத்திலிருக்கும் ஓரிடத்தை சில மணித்துளிகளில் கடக்கும் சூட்சமம். இந்த விஷயத்தை படத்தில் ஒரு காட்சியில் ரோமில்லி என்ற இயற்பியலாளர் பாத்திரம் மிக அழகாக விளக்குகிறது. இது இயற்கையாக உருவாகாது. உருவாக்க வேண்டும். படத்தில் எதிர்கால அதி அறிவுஜீவி மனிதர்கள், தற்கால மனிதர்களுக்கு உதவ இதை உருவாக்குகிறார்கள்.

இன்னொன்று, கருந்துளை (Black hole). கருந்துளை என்பது விண்வெளியில் நிஜத்திலிருக்கும் சில இடங்கள். எரிந்து முடிந்து சக்தி தீர்ந்த ஒரு நட்சத்திரமே தன்னைச் சுற்றியிருக்கும் விஷயங்களை ஈர்த்துத் தின்று செரித்து கருந்துளை ஆகி நிற்கிறது! மிக மிக அதீத ஈர்ப்பு விசை கொண்டவை இவை. அவற்றுக்குள் நுழைந்த எதையும் அது வெளியேவிடாது, ஒளி உள்பட. அதன் ஈர்ப்புக்குள் நுழையும் எல்லைக்கோட்டை Event Horizon என்கிறார்கள். நம் கேலக்ஸியான பால்வழி மண்டலத்திலேயே (Milky Way) 43 லட்சம் சூரியன்களுக்கு இணையான எடை கொண்ட ஒரு பிரமாண்ட கருந்துளை இருக்கிறது. கருந்துளைகளின்

மையத்தில் ஈர்ப்பு விசை ஒருமை (Gravitational Singularity) என்றொரு விஷயம் இருக்கிறது. பொதுச் சார்பியல் கொள்கை இதை விளக்குகிறது.

படத்தில் இரண்டுவிதமாக கருந்துளை பயன்பட்டிருக்கிறது. ஒன்று, அதீத ஈர்ப்பு விசையை ஏற்படுத்தி கால விரிவை ஏற்படுத்துவதற்கு (மில்லர் கிரகத்தில் கூப்பருக்கும் அமேலியாவுக்கும் நடப்பது இதுதான்). அடுத்து, மனிதகுலத்தை புதிய கிரகத்துக்கு இடம் பெயர்க்க ஒரு சமன்பாட்டுப் புதிரை (Equation) அவிழ்க்க வேண்டும், அதற்கு கருந்துளையின் மையத்திலிருக்கும் ஒருமை பற்றிய தகவல்கள் தேவை என்ற வகையில்.

கடைசியாக ஐந்து பரிமாண உலகம் (Five-Dimensional Space). நம்முடையது நான்கு பரிமாண உலகம். முப்பரிமாண வெளி மற்றும் நான்காம் பரிமாணமாகக் காலம். இங்கே நாம் காலத்தின் துணையுடன் முப்பபரிமாண வெளியில் உலவுகிறோம். இதில் காலம் நம்முடன் நகருமே ஒழிய, காலத்தில் முன்போ பின்போ நாம் பயணிக்க இயலாது. நம்மால் காண முடிந்தது நிகழ்காலம் மட்டும்தான்.

ஆனால், ஐந்து பரிமாண உலகத்தில் வெளி-காலம் (Spacetime) சேர்ந்த நான்கு பரிணாமத்திலும் உலவ முடியும். அதாவது காலத்திலும் முன்பும் பின்பும் பயணிக்கலாம். ஈர்ப்பு விசை விளையாட்டுகளின் வழியே ஒரு மிக முன்னேறிய எதிர்கால மனித இனத்துக்கு இந்த வித்தை சாத்தியம் என்பதுதான் நோலன் சகோதரர்களின் கற்பனை.

•

எதிர்காலத்தின் ஏதோ ஒரு காலம். ஒரு தர்க்கக் கணக்கீட்டில் 2040-ம் ஆண்டு என வைத்துக்கொள்கிறேன். பூமி, மனித இனம் வாழ லாயக்கற்றதாக ஆகிவிடுகிறது. அடிக்கடி புழுதிப் புயல் வீசுகிறது. எப்போதும் தூசு விழுந்துகொண்டே இருக்கிறது. டம்ளர், தட்டு என எதையும் நேராக வைக்க முடியாத அளவு தூசு. ஒருவிதக் கருகல் நோயால் எந்த விவசாயமும் சாத்தியமற்றதாக ஆகிவிடுகிறது.

அமெரிக்காவில் கோதுமையெல்லாம் போய் மக்காச்சோளத்தை உண்டு வாழ்கிறார்கள். எல்லோரும் சுயவிவசாயம். செல்போன் இல்லை, டி.வி இல்லை. விஞ்ஞானம், பொறியியல், மருத்துவம் இவற்றுக்குப் பணம் செலவழிப்பது நின்று போய் உணவு மட்டுமே பிரதானம் ஆகிவிடுகிறது. இப்படித்தான் தொடங்குகிறது!

சந்தேகமில்லாமல் திரைக்கதைதான் படத்தின் ஹீரோ. கோட்பாட்டு அறிவியலை உயிரூட்டி திரையில் உலவவிட்டது தான் படத்தின் பெரிய பங்களிப்பு. ஆனால், அதைத் தாண்டி படம் முன்வைக்கும் மனித உணர்வுகளும் முக்கியமானவை.

உயிர் வாழும் இச்சை எவ்வளவு பெரிய ஆளையும் மோசமான கீழ்மை செய்ய வைக்கும் என்பது தொடங்கி, ஒரு சிறுமி உயிரற்ற ஒரு தானியங்கி சூரிய சக்தி விமானத்தின் (Solar Drone) மீது காட்டும் பரிவு, எட்மண்ட்ஸ் கிரகம் போகலாம் என்று கோரக் காரணம் சரியான உள்ளுணர்வா, காதலின் மேலீடா எனப் புரியாமல் தவிக்கும் அமேலியா, TARS என்ற ரோபோவுடன் கூப்பர் பேசும் வசனங்கள், மனித இனத்தைக் காப்பாற்ற டாக்டர் ப்ராண்ட் இறுதிமூச்சுவரை நிகழ்த்தும் போராட்டமும் குற்ற உணர்வும், கூப்பர்-மர்ஃப் இடையேயான தந்தை மகள் உறவுப் பிணைப்பு மற்றும் புரிதல் (யோசித்துப் பார்த்தால் அந்தப் புரிதலை நம்பித்தான் மொத்தப் படமுமே!). Saluting Nolan brothers for everything!

டைலன் தாமஸின் கவிதை வரிகள் (Do not go gentle into that good night, / Old age should burn and rave at close of day; / Rage, rage against the dying of the light.) மொத்த மனிதகுல அஸ்தமனத்துக் கெதிரான போராட்டத்துக்கான குறியீடாகியுள்ளது!

இன்னொரு வினோத விஷயம் - எனக்கு INTERSTELLAR படம் வலுவாக ராமின் 'தங்க மீன்கள்' படத்தை நினைவூட்டியது. படத்தின் ஆரம்பக்காட்சிகள், அதில் கூப்பருக்கு வெளிப்படும் மர்ஃபின் மீதான அன்பு, பள்ளிக்கூடத்தில் ஆசிரியையுடன் மர்ஃபுக்காக சண்டையிடுதல் என எல்லாமும். செல்லம்மாவுக்கு குளமும் தங்க மீன்களும்போல் மர்ஃபுக்கு அவள் அறையும் ஆவியும், வோடஃபோன் நாய்க்குட்டிபோல் சமன்பாட்டுப் புதிருக்கான தகவல். மர்ஃப் மீதான அன்பிலேயே, அவள் தலைமுறையைக் காக்கவே கூப்பர் Endurance விண்வெளிப் பயணத்துக்கு ஒப்புக்கொள்கிறான் என்பது ஒருபுறம், இன்னொரு புறம் முன்னேறிய எதிர்கால மனிதர்கள் பூமியைத் தொடர்பு கொள்ள கூப்பரைத் தேர்ந்தெடுக்கக் காரணமே அவனுக்கும் மர்ஃபுக்கும் இடையேயிருக்கும் அன்பும் புரிதலும்தான்.

எல்லாவற்றுக்கும் மேலாக பூமி திரும்பும் கூப்பர் நூறு வயதை நெருங்கும் மர்ஃபைப் பார்க்கிறான். இருவரும் பரஸ்பரம் கரம் பற்றிக்கொண்டு பேசுகையில்:

'அப்பா, நீ நிச்சயம் திரும்ப வருவாய் எனத் தெரியும்.'

'எப்படி?'.

'திரும்ப வருவேன் என்று என் தந்தை என்னிடம் சொல்லிச் சென்றாரே!'

•

திரைக்கதைக்கு அடுத்து படத்தில் சிலாகிக்கத் தகுந்த விஷயமாக இருப்பது ஹான்ஸ் ஸிம்மரின் பின்னணி இசை. இது கொஞ்சம் இந்தியத்தனத்துடன் இருப்பதாகத் தோன்றுகிறது. குறிப்பாக, விண்வெளிப் பயணக் காட்சிகள் எல்லாவற்றிலும் வரும் தீம் இசை மிக அற்புதமாக அமைந்திருக்கிறது. உண்மையாகவே இந்த ஆள் அந்த ஊர் இளையராஜாதான்!

பிரதானப் பாத்திரங்கள் ஏற்றிருக்கும் மேத்யூ மெக்கொனௌகே (கூப்பர்), ஆன்னி ஹேத்தவே (அமேலியா) இருவரும் சிறப்பாக நடித்திருக்கிறார்கள். கால விரிவின் காரணமாக பூமியில் 23 வருடங்கள் கடந்துவிட்ட நிலையில் குடும்பத்தார் அனுப்பிய வீடியோக்களைக் காணும் மேத்யூவின் நடிப்புக்கு ஒரு பலத்த கைதட்டல். ஆன்னி புன்னகைத்தாலே போதும் பார்த்துக் கொண்டிருக்கலாம். ஆனால், இவர்களைவிட மிகப் பிடித்தது சிறு வயது மர்ஃபாக வரும் மெக்கென்ஸி ஃபாய்தான். சந்தோஷம், குழப்பம், பயம், கோபம், சோகம் என அவளது வெவ்வேறு முகபாவங்களிலும் அத்தனை உயிர்ப்பு!

ஐந்தாம் பரிமாணக் காட்சியில் பல பாத்திரங்களை / இரு காலங்களை மாற்றி மாற்றிக் காட்டும் எடிட்டிங் பிரமாதமாக வந்திருக்கிறது. மில்லர் கிரகத்தில் நீர்சூழ் காட்சிகள் அனைத்தும் ஒளிப்பதிவின் பேரழகு - குறிப்பாக அந்தப் பேரலை!

•

சம்மந்தமில்லாத / முக்கியமும் இல்லாத ஒரு குறிப்பு: அந்த ஐந்தாம் பரிணாமக் காட்சி 12B படத்தை நினைவுபடுத்தியது - அதில் ஜோதிகாவுடன் உட்கார்ந்துகொண்டிருக்கும் ஷாமை பின்புறமிருந்து ஷாமே பார்ப்பாரே. அது சாதாரணக் காட்சிதான், தவிர, அதில் சார்பியல் எல்லாம் இல்லைதான். ஆனாலும் அடிப்படைக் காட்சி ஒற்றுமையின் காரணமாக!

மற்றுமொரு random thought: படத்தில் ரத்தம் இல்லை, சுத்தமாக செக்ஸ் இல்லை (ஒரு ஹெல்மெட் முத்தம், ஓர் அரை முத்தம் தவிர). ஆனாலும் ஏன் இந்தியாவில் U/A தணிக்கைச் சான்றிதழ்? பெரியவர்களின் அறிவியல் வழிகாட்டுதலுடன் குழந்தைகள் காண வேண்டும் என்கிறார்களா! (On a serious note, பூமி இப்படி ஆகிவிடும் எனக் குழந்தைகள் பயப்படலாகா?)

கடைசியாக ஒன்று: நாசாவின் இடம் பற்றிய குறிப்பை அளித்து விட்டுப் பின் போக வேண்டாம் என கூப்பர் ஐந்தாம் பரிணாமத்தி லிருந்து ஏன் சொல்கிறான்? என ஒருவர் ட்விட்டரில் கேட்டிருந்தார். படைப்பில் எந்தப் பிழையும் இல்லை. பார்வையாளரின் கவனப் பிழையே. உண்மையில் அது ஒரு Brilliant scene sequence.

கூப்பர் ஐந்தாம் பரிணாமத்துள் நுழைந்து காலத்தில் பின்னோக்கி வந்ததும், அவன் காணும் முதல் காட்சியே கூப்பர் மர்ஃபை விட்டுப் பிரிந்து Endurance மிஷனுக்குக் கிளம்புவதுதான். அதைத் தவிர்க்க STAY என்று மோர்ஸ் கோடில் மர்ஃபுக்குச் செய்தி சொல்கிறான். ஆனால், உடனேயே TARS ரோபோ அவனைத் தொடர்புகொள்கிறது, ‘கடந்த காலத்தை மாற்ற நாம் இங்கே வரவில்லை’ என்கிறது.

ஒருமை குறித்த தகவல்களை பூமிக்குச் சொல்லவே தான் வரவழைக்கப்பட்டிருக்கிறோம் என்பது கூப்பருக்குப் புரிகிறது. அதனால் அவன் காலத்தில் மேலும் பின்னோக்கிப் போகிறான். மர்ஃபின் அறையில் நாசாவின் co-ordinates-ஐ பைனரி எண்களாக தரைப் புழுதியில் எழுதிவைக்கிறான். அதுதான் Endurance பயணத்தின் ஆரம்பப்புள்ளி. எதிர்காலத்திருந்து வந்த கூப்பரே அதைத் தொடங்கி வைக்கிறான். நிகழ்காலத்தில் கூப்பரே அதில் பயணிக்கிறான்.

•

ஆங்காங்கே அரைகுறையான தர்க்கக் கேள்விகள், ஆர்வக் கோளாறான விஞ்ஞானக் கேள்விகள் எழுவதைக் காண்கிறேன். INTERSTELLAR படத்துக்கு அறிவியல் தொழில்நுட்ப ஆலோசகராக இருந்தவர் கிப் தார்ன் என்ற சித்தாந்த இயற்பியலாளர். இன்றைய தேதியில் ஐன்ஸ்டைனின் பொதுச் சார்பியல் கொள்கைக்கு உலக அளவில் பேட்டைக்காரராக விளங்குபவர். உலகப் புகழ்பெற்ற இயற்பியலாளரான ஸ்டீஃபன் ஹாக்கிங்ஸுடன் இணையாக நீண்டகாலம் பணியாற்றியவர். படத்தின் திரைக்கதை, காட்சிகள்,

கிராஃபிக்ஸ் என அனைத்தும் அவரது மேற்பார்வை / சரிபார்த்தலுக்குப் பின்னரே முடிவாகியிருக்கின்றன.

இவற்றையெல்லாம்விட புழுத்துளை மற்றும் கருந்துளையைத் திரையில் உருவாக்க அவர் செய்த கிராஃபிக்ஸ் காட்சிகளுக்கான ஆலோசனையின் விளைவாக புதிதாக இரண்டு ஆராய்ச்சி பேப்பர்கள் வெளியாகின என்கிறார்கள். INTERSTELLAR திரைக்கதை எழுதுவதற்கு முன்னர் கலிஃபோர்னியா தொழில்நுட்பக் கல்லூரியில் சார்பியல் குறித்து தனியே கோர்ஸ் படித்திருக்கிறார் ஜோனதன் நோலன். இவ்வளவு தூரம் உழைத்திருக்கிறார்கள்.

மூன்று மணி நேரம் படம் பார்த்து முக்கால் மணி நேரம் விமர்சனம் எழுதும் நமக்கே இவ்வளவு கேள்வி வரும்போது ஆண்டுக் கணக்கில் அதோடு வாழ்ந்தவர்களுக்கு இவை தெரியாதா! படத்தை முழுக்கக் கவனிக்காமல், உள்வாங்காமல், புரிந்துகொள்ளாமல் அதில் குற்றம் கண்டுபிடித்து காலரைத் தூக்கிவிட்டுக் கொள்வதன் அறிவீனத்தை வியக்கிறேன்.

இது தவறுகளே இல்லாத படம் எனச் சொல்ல வரவில்லை. எந்தப் படத்தையும்போல இதிலும் தர்க்கப் பிழைகளும், அறிவியற் பிழைகளும் இருக்கக்கூடும். அதை மறுக்கவே இல்லை (உதாரணமாக எனக்கே சில கேள்விகள் உண்டுதான்: பூமிக்கும் Endurance மிஷனில் இருப்பவர்களுக்கும் இடையே நிகழும் தகவல் பரிமாற்றங்கள் அனைத்தும் மின்காந்த அலைகளாகவே இருக்க வேண்டும். எனில், அந்தச் செய்திகளும் வந்து சேர பல கோடி ஒளி ஆண்டுகள் ஆகும். உடனடியாக எப்படி நிகழ்கிறது? ஒருவேளை அதுவும் புழுத்துளை வழியே நடக்கிறதா? எனில் எப்படி?). ஆனால், நிஜமாகவே நாம் கண்டுபிடிப்பது தவறு / விடுபடல்தானா என்பதை உறுதிசெய்யும் தேடலும் உழைப்பும் வேண்டும். அவ்வளவுதான்.

•

படம் புரியவில்லை என நிறையப் பேர் சொல்வதைக் கேட்கிறேன். நிதானமாக யோசித்தால் உயர்நிலைப் பள்ளி அறிவியல் ஓரளவு தெரிந்திருந்து, படத்தில் வரும் வசனங்களைக் கூர்ந்து கவனித்தாலே 90% படம் நிச்சயம் புரிந்துவிடும். சில விஞ்ஞான விஷயங்களை abstract-ஆக விடுவதில் பிரச்னையே இல்லை.

அது படத்தைப் புரிந்துகொள்ளத் தடங்கல் இல்லை. உதாரணமாக கருந்துளையிலிருந்து வரும் ஒருமை பற்றியத் தகவல் கொண்டு அவிழ்க்கப்படும் சமன்பாடு எப்படி பூமியிலிருக்கும் மனிதர்களை வேறு கிரகத்துக்கு இடம்பெயர்க்க உதவும் என்பது எனக்குத் தெளிவாகப் புரியவில்லை. ஆனால், அதனால் எந்தப் பிரச்னையும் இல்லை. அந்தத் தகவல் உதவும் என்பதுவரை புரிந்தாலே போதும்.

இதில் புரிதலைத் தாண்டி சிரமப்படும் விஷயம் இரண்டுதான் என்பது என் கணிப்பு. முதல் விஷயம்: கவனம். பலரும் அத்தனை வசனங்களையும் காட்சிகளையும் கவனித்துப் படம் பார்ப்பதில்லை (எனக்கு சப்டைட்டில் இருந்ததால் இந்தப் பிரச்னை இல்லை). சிக்கலான விஷயங்களில் பாதியைப் படமே எளிமைப்படுத்திச் சொல்கிறது. ஐந்தாம் பரிமாணக் காட்சி அமைப்பு எல்லாம் சினிமா அளவில் ஒரு சாதனை என்பேன். மிக எளிதாக அந்த விஞ்ஞான விஷயத்தை உள்வாங்க அது உதவுகிறது. இப்படி ஆங்காங்கே கிடைக்கும் தகவல்களைக் கோர்த்தால்தான் படம் முழுமையாகப் புரியும்.

இரண்டாவது விஷயம், கற்பனை. அதீத ஈர்ப்பு விசையில் காலம் விரியும், ஐந்தாம் பரிமாணத்தில் காலத்தில் முன் பின் நகரலாம் என்பதைக் கற்பனை செய்யத் திராணி வேண்டும். அதாவது எப்படி எனக் கேட்கலாம். அதற்கான பதிலை பாதியை விஞ்ஞானத்திலிருந்தும், பாதியை உங்கள் கற்பனையிலிருந்தும் எடுக்க வேண்டும். நோலன் செய்திருப்பது அதைத்தான். இன்னும் கொஞ்சம் ஆழமாக யோசித்தால், ஐன்ஸ்டைன் செய்ததேகூட அதைத்தான்!

Imagination is more important than knowledge. For knowledge is limited to all we now know and understand, while imagination embraces the entire world, and all there ever will be to know and understand. - Albert Einstein

---

(09, நவம்பர் 2014)

25

ஆண்குறி அதிகாரம் (India's Daughter)

முதலில், குடும்பம் குட்டியைவிட்டு ஈராண்டு இந்தியாவில் தங்கியிருந்து 2012 டெல்லி ரேப் பற்றிய டாகுமென்டரியை இயக்கிய லெஸ்லி உட்வினுக்கு வாழ்த்துகளும், அதை இந்தியாவில் ஒளிபரப்பவியலாமல் போன சூழலுக்காக வருத்தங்களும்!

ஆங்காங்கே உறுத்தல்களும் மறுப்புகளும் இருந்தாலும் ஒட்டு மொத்தமாக இது ஒரு நல்ல பதிவு. அவசியமானதும்கூட. இதில் குற்றவாளி பேசி இருப்பதைப் போலான மதிப்பீடுகளும் நிலைப் பாடுகளையும்தான் பெரும்பாலான இந்திய ஆண்கள் கொண்டிருக் கிறார்கள் (கணிசமான பெண்களுமேகூட). கிட்டத்தட்ட இது இந்திய தேசம் தன்னைக் நிலைக்கண்ணாடியில் பார்த்துக் கொள்வது போலத்தான். அதனாலேயே இதை நாம் அனைவரும் தவறாது பார்க்கவேண்டியது முக்கியமாகிறது.

இந்த அரசுத்தடை என்பது அறிவோ, அறமோ அற்றது. இதில் தான் இந்தியாவின் மானம் போகிறதென்றால், தினம் தினம் தேசம் முழுக்கப் பரவலாக அறிந்தும் அறியாமலும் நடக்கும் சுமார் 50 பாலியல் வல்லுறவுகள் கம்பீரமாகவா நிற்கின்றன?

இந்த டாகுமென்டரியின் முக்கிய அங்கமாக நான் கருதுவது குற்றவாளிகளின் ஒருவனான முகேஷும், குற்றவாளிகளின் தரப்பில் ஆஜரான இரண்டு வழக்கறிஞர்களும். பொதுவாகப்

பெண்கள், கலாசாரம் பற்றி எல்லாம் பேசி இருப்பவைதாம். இதைக் காண வாய்ப்பற்றவர்களுக்காகவும், ஆங்கிலம் அறியாதவர்களுக்காகவும் அவற்றைத் தொகுத்துக்கொள்ளலாம்:

1. ஆணும் பெண்ணும் சமம் அல்ல.
2. நமது பெருமைமிகு கலாசாரத்தில் பெண்களுக்கு என எந்த இடமும் இல்லை.
3. நம் சமூகத்தில் பெண் வெளியே வர அனுமதி இல்லை.
4. பெண்கள் வீட்டிலிருந்து, வீட்டைக் கவனித்துக்கொள்ள வேண்டியவர்கள்.
5. நல்ல பெண் மாலை 6:30க்கு மேல் வீட்டைவிட்டு வெளியே வர மாட்டாள்.
6. ஒருவேளை வந்தால், வீட்டு மனிதர்கள் துணையுடன்தான் வர வேண்டும்.
7. இருப்பதில் 20% பேர் மட்டுமே (இதை எல்லாம் பின்பற்றும்) நல்ல பெண்கள்.
8. இந்தியக் கலாசாரத்தில் ஆண் - பெண் நட்பு என்பதற்கு இடமே கிடையாது.
9. பெண் என்றால் என் கண்களில் முதலில் காமம்தான் வரும்.
10. ஒரு பாலியல் வல்லுறவுக்கு ஆணைவிடப் பெண்ணே அதிகம் பொறுப்பு.
11. இரவில் ஓர் ஆணுடன் வெளியே சுற்றிக்கொண்டிருந்த பெண்ணுக்கு பாடம் புகட்டவே இதைச் செய்தோம்.
12. பாலியல் வல்லுறவில் பெண் எதிர்க்கலாகா, ஒப்புக்கொள்ள வேண்டும். எதிர்த்ததால்தான் இவள் செத்தாள்.
13. பாலியல் வல்லுறவுக்கு மரண தண்டனை விதித்தால், நிலைமை மேலும் மோசம்தான் ஆகும். இப்போது எல்லாம் முடிந்ததும் யாரிடமும் சொல்லக் கூடாது என மிரட்டிப் போகவிட்டு விடுகிறோம். இனி கொன்றுவிடுவார்கள்.
14. பெண் பூப்போல. பூ குப்பையில் விழுந்தால் மிதித்துச் செல்வார்கள், பூஜையிலிருந்தால் கும்பிடுவார்கள்.
15. பெண் வைரம்போல. அவளைப் பாதுகாப்பாக வைத்துக் கொள்ள வேண்டும். அப்படி இல்லாமல் தெருவில் விழுந்தால் நாய் தூக்கிச் சென்று கடிப்பதை யாரும் தடுக்க முடியாது.

16. என் வீட்டுப் பெண் ஒருவேளை திருமணத்துக்கு முன் தவறான விஷயங்களில் ஈடுபட்டாள் என்றால், அவளை எல்லா உறவினர்கள் முன்பும் உயிரோடு கொளுத்துவேன்.

இவை போலான கருத்துகள் கொண்டவர்களை நேரடியாக அறிவேன். சிலர் இதே விஷயங்களை இவ்வளவு நேரடியாக அல்லாமல் மென்மை குழைத்துச் சிரித்தபடி பேசுவார்கள். இவர்களுக்கு இதில் பெரும்பாலான விழுமியங்களை மதமும் சாதியும் திணித்திருக்கும். ஆண்குறி இருப்பதாலேயே அதிகாரத்தின் பீடத்தில் அமர்ந்திருப்பதான கனவு காண்பவர்கள்.

இவர்களில் பெரும்பாலானோர் பயம், வாய்ப்பின்மை காரணமாகப் பாலியல் வல்லுறவு வரை இறங்க மாட்டார்கள் எனினும், இவர்களும் Potential rapist-களே. காமம், வன்முறை இரண்டையும் பொறுத்தவரை மனிதன் ஒரு மிருகமே!

குற்றவாளி அவ்வளவு தைரியமாக எல்லாம் பேசியதன் காரணம்: 1) அவர்கள் தரப்பு வக்கீல் சொல்லிக் கொடுத்ததாக இருக்கலாம் 2) தற்போதைய அதிகார சக்திகளும் இதே மதிப்பீடு / நிலைப்பாடுகொண்டவை என்பதால் இருக்கலாம். (இடையில் சோனியா காந்தியும், ஷீலா தீக்ஷித்தும் பேசியதைக் காட்டியதால் தான் கடுப்பாகி அரசு தடை செய்ததோ!)

இனி India's Daughter டாகுமென்டரியில் மேலே குறிப்பிட்டது போல் இருந்த உறுத்தல்கள் / மறுப்புகளைப் பார்க்கலாம்.

1. சேரியிலிருப்பவர்கள் மட்டும்தான் இதுபோல் மனநிலை கொண்டிருக்கிறார்கள், குற்றங்கள் புரிகிறார்கள் என்பது போலான தொனி கணிசமான இடங்களில் இருக்கிறது (இன்னொரு புறம் குற்றவாளிகள் தரப்பு வழக்கறிஞர்கள் பேசுவதைக் காட்டி அப்படி இல்லை என அவர்களே பகடி செய்திருக்கிறார்கள் என்றாலும்). அது முற்றிலும் தவறானது என்பதே என் புரிதல். சகல மட்டங்களிலும் இதுபோலான கிரிமினல்கள் விரவிக்கிடக்கிறார்கள்.

2. சுவாரஸ்யம் கருதி ஒரு திரைக்கதைபோல் டாகுமென்டரியை அமைத்திருக்கிறார்கள். அது நெருடுகிறது. ஓர் அப்பட்டமான அநியாயத்தை நேரடியான செய்தியாக அல்லாமல் என்டர்டெய்னர்போல் காட்டியிருப்பது அதன் அழுத்தத்தைக் குறைத்து அந்நியமாக்கிவிடுகிறது. ஜோதியின் குணநலன்கள் போன்றவை இந்த டாகுமென்ட்டரிக்கு அவசியமற்றவை.

சில இடங்கள் scriptedபோல் தென்பட்டன (உதாரணமாக, ஜோதியின் பெற்றோர் பேசியவை).

3. குற்றவாளி பேசியதில் சர்ச்சை ஏற்படுத்தவல்லதை மட்டும் தேர்ந்தெடுத்து பூதாகரப்படுத்திவிட்டார்களோ என ஐயம் எழுகிறது. இன்னும் சொல்லப்போனால் திரும்பத் திரும்பக் கேள்வி கேட்டு வாயைப் பிடுங்கியதைப்போல்.

4. 'நான் பேருந்தை ஓட்ட மட்டுமே செய்தேன். பாலியல் வல்லுறவில் / கொலையில் பங்கு கொள்ளவில்லை' என்கிறான் முகேஷ். அது எங்கும் நிரூபிக்கப்படாத பட்சத்தில் டாகுமென்டரியில் சேர்த்திருக்க வேண்டியதில்லை. அது அநாவசியமாகக் குற்றவாளி மீதான வெகுஜன மென்முனை ஏற்பட வழிவகுக்கும் நம்பகமற்ற தகவல்.

5. இந்தச் சம்பவத்துக்குப் பின்னர் டெல்லியில் இதற்காக நடந்த மாணவர்கள், பொதுமக்கள் போராட்டத்தை Never before in the history of India விஷயமாக மிகைப்படுத்திக் காட்டி யிருந்தார்கள். தலைவன் இல்லாத, ஒருமுகப்படுத்தல் இல்லாத கொந்தளிப்பு என்ற அளவில் முக்கியத்துவம் வாய்ந்தது என்றாலும், அரசு அதை இரக்கமின்றி நசுக்கிய தொனியை டாகுமென்டரி அளித்தது. ஒரு வெளிநாட்டுக்காரர் இயக்கியதாலோ எனத் தோன்றச் செய்தது.

6. இந்த நிகழ்வின், அதற்குப் பின்னான மக்கள் போராட்டத்தின் மிக முக்கிய விளைவே நீதிபதி ஜே.எஸ்.வர்மாவின் அறிக்கையின் அடிப்படையில் மத்திய அரசு கொண்டு வந்த 2013-ம் ஆண்டின் கிரிமினல் சட்ட திருத்தம்தான். மிகப் பழமையான பிரிட்டிஷ்காலப் பாலியல் வல்லுறவுச் சட்டங்களை அது தற்காலத்துக்கு ஏற்றாற்போல் மாற்றி அமைத்தது. தண்டனைகள் கடுமையாக்கப்பட்டதும், யோனிப் புணர்ச்சி அல்லாத பாலியல் அத்துமீறல்களும் ரேப்பின் கீழ் வரும் என்பது அதன் பிரதானக் கூறுகள். அதனால்தான் டெஹல்கா நிறுவனர் தருண் தேஜ்பாலின் செய்கையை பாலியல் வல்லுறவு என வகைப்படுத்தி சிறையில் தள்ள முடிந்தது. ஆனால், டாகுமென்டரி அந்தச் சட்ட மாற்றங்கள் பற்றி ஏதும் பேசாமல் நீதிபதி ஜே.எஸ்.வர்மாவின் அறிக்கை யோடு நிறுத்திக்கொள்கிறது.

(ஊடகங்கள் இதுவரை privacy கருதி 'நிர்பயா' என்ற புனைப் பெயரைப் பயன்படுத்தி வந்தாலும், டாகுமெண்டரியில் பாதிக்கப் பட்ட பெண்ணின் பெற்றோரே அவரது பெயரைப் பகிர்ந் திருப்பதால், அதனைப் பயன்படுத்தியிருக்கிறேன்.)

டாகுமெண்டரி கோடி காட்டியிருக்கும் இன்னொரு விஷயம் இக்குறிப்பிட்ட வழக்கு மக்களின் போராட்டத்தின் விளைவான ஊடகங்களின் வெளிச்சத்தில் உடனடி தண்டனையைப் பெற்றுத் தந்திருக்கிறது. ஆனால், எத்தனையோ பிற வழக்குகளில் இதற்கிணையாக அல்லது இதைவிட மோசமாகப் பாலியல் குற்றமிழைத்தவர்கள் தப்பித்துக்கொண்டேயிருக்கிறார்கள்.

சுமார் ஒரு மணி நேர டாகுமெண்டரி. ப்ரைம் டைமில் இரண்டு சீரியல்கள் பார்க்கும் நேரம். பெண்கள் கட்டாயம் பாருங்கள். யூட்யூபில் இதை எழுதிக்கொண்டிருக்கும் இந்தக் கணம்வரை காணக் கிடைக்கிறது. அரசுத் தடை காரணமாக விரைவில் முழுமையாக அகற்றப்பட்டுவிடும் எனத் தெரிகிறது.

(மார்ச் 6, 2015)

26

உலர் பெண்டிர் (Parched)

Parched என்ற ஆங்கிலச் சொல்லின் பொருள் 'வறண்டது' எனச் சொல்லலாம். இன்னும் சரியாகச் சொன்னால் வெப்பத்தால் உலர்ந்தது. படத்தில் அப்படி உலர்வாழ்வு கொண்ட நான்கு பெண்டிரின் கதைதான் Parched படம். இதற்குக் காரணமான வெப்பம் என்பது ஆணாதிக்கம், மூடப் பழக்கங்கள், மூட நம்பிக்கைகள், சக பெண்கள் எனப் பலவும் சுட்டப்படுகின்றன.

பொதுவாக, எனக்கு இந்தி மொழியில் வரும் பெண்களின் பிரச்னைகளைப் பேசும் படங்கள் குறித்து நன்மதிப்பு உண்டு. Matrubhoomi, Fire, Water, Fashion, That girl in yellow boots, Lakshmi, Angry Indian Goddesses, The Dirty Picture போன்றவை சட்டென நினைவில் வரும் உதாரணங்கள். அந்த வரிசையில் Parched படமும் சேர்ந்துகொண்டது. (Chak De! India பிடிக்கும்; ஆனால், அது பெண்களின் பிரச்னையைப் பேசியப் படமாகப் பார்க்க முடியவில்லை. Queen, Heroine ஆகிய படங்கள் எனக்கு அத்தனை உவப்பானதல்ல. இப்போது வெகுவாகச் சிலாகிக்கப் படும் Pink பற்றியும் சந்தேகமாகவே இருக்கிறது.)

ஒருத்தி, இளமையிலேயே கணவனை இழந்தவள். பின்னர் தன் ஆசைகளைத் துறந்து மகனின் பொருட்டே பொருள் சேர்த்துக் கொண்டிருப்பவள். ஒருத்தி, குழந்தைப் பேறற்றவள், குடித்து விட்டு வந்து அவளை 'மலடி' எனச் சொல்லி அடிக்கும்

கணவனைப் பெற்றவள். ஒருத்தி, ரெக்கார்டு டான்ஸ் ஆடுபவள், அதன் நீட்சியாகப் பாலியல் தொழில்செய்பவள். ஒருத்தி, தன் காதலைத் துறந்துவிட்டு 14 வயதிலேயே 4 லட்சம் ரூபாய் வாங்கிக் கொண்டு பெற்றோரால் இன்னொருவனுக்குக் கல்யாணம் செய்து வைக்கப்படுகிறவள். இவர்கள் நால்வரும் இவற்றை எப்படி எதிர்கொள்கிறார்கள் என்பதுதான் கதை.

ராஜஸ்தானின் ஏதோ ஒரு பட்டிக்காட்டில் கதை நடப்பதாகக் காட்டுகிறார்கள். ஆனால், எந்த முன்னேற்றமும் இல்லாத பத்தாம்பசலிக் கிராமம் என்பதைக் காட்ட டி.விகூட இன்னும் அங்கே வரவில்லை எனக் காட்டியிருப்பது கொஞ்சம் நம்பச் சிரமமாக இருக்கிறது. போலவே, ஷாரூக் கான் யாரென்றே தெரியாத பெண்கள் கொண்ட வட இந்தியக் கிராமம் என்பதும்.

Bhopal: Prayer for Rain, Angry Indian Goddesses ஆகியப் படங்களில் நடிப்பின் மூலம் முன்பே கவர்ந்தவர் நடிகை தன்னிஸ்தா சேட்டர்ஜி. இந்தப் படம் அவரது மாஸ்டர் பீஸ். ராதிகா ஆப்தே பற்றிச் சொல்லவே வேண்டியதில்லை. தான் கர்ப்பமுற்றதை உணரும் காட்சியில் அவர் முகபாவங்கள் ஓர் அற்புதம். இன்னொரு காட்சி குழந்தை பெற இன்னொரு ஆடவனுடன் கலவியில் ஈடுபடும் காட்சி. அந்தக் காட்சியில் பெருமாள் முருகனின் 'மாதொருபாகன்' நினைவுக்கு வந்தது. (அது வேறு மனநிலை என்றாலும்) பொன்னாவின் எதிர் வினையும் கிட்டத்தட்ட அப்படியானதாகவே இருக்கும். 'மாதொருபாகன்' திரைப்படமாக எடுக்கப்பட்டால், பொன்னா வாக ராதிகா ஆப்தேவே நடிக்க வேண்டும்! விரைவில் ராதிகா தேசிய விருது பெறுவார். (இந்தப் படத்திலேயே சிறந்த துணை நடிகையாக வாங்கக்கூடும்.) பாலியல் தொழிலாளியாக வரும் சுர்வீன் சாவ்லாவும் சிறப்பான பங்களிப்பு. இவர்களின் உயிர்ப்பான நடிப்புக்காகவே படத்தை நிச்சயம் பார்க்கலாம் என்பேன்.

படத்தில் ஒரு காட்சி வரும். Motherfucker, Sisterfucker என்றெல்லாம் சொற்கள் உருவாக்கியது ஓர் ஆணாகத்தான் இருக்க முடியும். ஏன் எப்போதும் பெண்களேதான் அப்படிக் கலவி செய்யப்பட வேண்டுமா? நாம் இப்போது புதுச் சொற்கள் உருவாக்குவோம் எனச் சொல்லி Sonfucker, Brotherfucker என மலை மீது உரக்கக் கூவுவார்கள். தற்காலிகச் சுதந்திரம் கிடைத்த உற்சாகமான பாமரப் பெண்கள் ஆணாதிக்கத்துக்கு வெளிப் படுத்தும் வெள்ளந்தித்தனமான ஒரு குறியீட்டு எதிர்ப்பாக அதை

இயக்குநர் முன்வைக்கிறார் என்றே எடுத்துக்கொள்கிறேன். சோகம் என்னவென்றால், இணையத்தில் பெண்ணுரிமை பேசினால் கிடைக்கும் அகண்ட புகழையும் செல்வாக்கையும் கண்டு ஈர்க்கப்பட்டு வீராவேசமாக உருவாகும் பெரும்பாலான Self-proclaimed பெண்ணியவாதிகள் பலரும் பெண் சுதந்திரம் என்பதே அப்படிக் கதறுவதோடு முடிந்துவிடுகிறது என நம்பிக்கொண்டிருக்கிறார்கள். படத்தில் அந்தக் கதாபாத்திரங்கள் அப்படிக் கத்துவதோடு நின்றுவிடுவதில்லை. பெரும்பாலான பெண்கள் எடுக்கத் தயங்கும் சிரமமான தேர்வுகளைத் தம் வாழ்வில் எடுக்கின்றார்கள். தம் மனம் விரும்பியபடி வாழத் தீர்மானிக்கின்றார்கள். சுருக்கமாகச் சொன்னால் பெண்ணியம் என்ற சொல்லை ஒருமுறையும் பயன்படுத்தாமல், அவர்கள் தம் செயலால் பெண்ணியம் பேசிவிடுகின்றனர். அவர்கள் நம் மனதில் நிறைகிறார்கள்.

Women who read do not make good wives என்ற வசனம் படத்தில் வருகிறது. 'கல்வி மறுக்கப்படும் பெண் அடிமையாகத்தான் இருப்பாள்' என்ற பெரியாரின் கருத்தை அது முன்வைக்கிறது என்றாலும், Women who (just) read do not make good feminists either என்று தோன்றியது. வாசிப்போடுகூடிய நேர்மையும் நல்லறிவுமே அசல் பெண்ணியத்துக்கு அடிகோலும்.

இன்னொரு விஷயம், இந்தப் படத்தில் பெரும்பாலான ஆண்கள் ஆணாதிக்கவாதிகளாகவும், வன்முறையாளர்களாகவும், கெட்டவர்களாகவும் சித்தரிக்கப்பட்டிருந்தாலும் எல்லா ஆண்களும் அப்படியே என இயக்குநர் முத்திரை குத்தவில்லை. அதே ஊரில்தான் பெண்கள் வேலைக்குச் சென்று முன்னேறு வதை ஊக்குவிக்க அவர்களை நம்பி, மதித்து வாய்ப்புகள் வழங்கும் ஆணும், படுக்கையில் பெண்ணுக்கு முழுச் சுதந்திரம் அளித்து, அவளைச் சமமாக நடத்தி இன்பத்தைத் தரும் / பெறும் ஆணும், பெண் மீது கொண்ட பிரியத்தால் அவளுக்காகப் பல கிலோமீட்டர்கள் சைக்கிள் மிதித்து வந்து அவளைச் சந்திக்கும், இன்னொருவனுடன் திருமணமாகி அவள் வாழ்க்கை சீரழிந்து கொண்டிருக்கிறது என்பதால், கற்பு என்பதை மறுதலித்து, அவளை மறுமணம் செய்துகொள்ளத் தயாராக இருக்கும் ஆணும் இருக்கிறார்கள். அது முக்கியப் புரிதல்.

பெண்ணியம் என்பது கண்மூடித்தனமாக ஆண்களை எதிர்ப்பதும், திட்டுவதும், மறுப்பதும், துறப்பதுமல்ல; அவர்களுடன்

இணையாகக் கைகோர்த்து நடப்பதும், பரஸ்பரம் உதவியாக வாழ்க்கையை நடத்துவதும், அது சாத்தியப்படாத போது அவர்களிடமிருந்து விலகி தன் மனம் சரியெனத் தீர்மானிக்கும் வழியைச் சுதந்திரமாகத் தேர்ந்தெடுப்பதுமே பெண்ணியம் என அழுத்தம் திருத்தமாக இந்தப் படத்தில் எழுதிவைத்திருக்கிறார் இயக்குநர் லீனா யாதவ். அவருக்கு என் வந்தனங்கள்.

லீனா பளிச்சிடும் ஒரு காட்சி அடிவாங்கிய காயத்துடன் வீட்டுக்கு வரும் ராதிகாவுக்கு தன்னிஸ்தா மேலாடையை அகற்றி மருந்து தடவும் இடம். அங்கே அவர்களுக்குள் பரஸ்பரம் எழும் மெல்லிய காமம் வலுவான தாய்மையாக முதிர்ச்சியுறுகிறது. அதை மேலும் உயரே நகர்த்தும் காட்சி அடுத்து தன்னிஸ்தா இல்லாதபோது, அதே சூழலில் ராதிகா வரும்போது பதின்ம வயதவளான தன்னிஸ்தாவின் மருமகள் (லெஹர் கான்) மருந்திடும் காட்சி. தாய்மை என்ற உணர்வுக்குத் தன் வயதோ எதிராளியின் வயதோ பொருட்டில்லை என்பதும் பெண்கள் வயதுக்கு மீறியும் சக பெண்களின் பிரச்னைகளை உணர்வர் என்பதும் அதில் சொல்லப்படுகிறது. இதுபோல் ஆங்காங்கே வலுவான காட்சியமைப்புகள்.

தொடர் அடர்குடியின் காரணமாக மலட்டுத்தன்மை ஏற்படும் ஆண் பாத்திரம் ஒன்று... அது தெரிந்தும், தன் மனைவிதான் குழந்தையின்மைக்குக் காரணம் என தினமும் குடித்துவிட்டு வந்து அவள் மீது உடல்ரீதியான, மனரீதியான வன்முறைகளைப் பிரயோகிக்கிறது. அவள் வேறு ஒருவனின் மூலம் தாய்மை யடையும்போது அதற்கும் அவளைப் போட்டு அடிக்கிறது. அதன் மனோவியலை யோசித்துக்கொண்டிருக்கிறேன். ('அன்னக்கொடி' மனோஜ் பாத்திரம் நினைவுக்கு வருகிறது.)

ஆண்கள் அதீதமாகக் குடிப்பதும், பாலியல் தொழிலாளிகளிடம் போவதும் பெண்களின் பெரும் பிரச்னையாகப் படம் நெடுகிலும் சித்தரிக்கப்படுகிறது. கணவன் அப்படி நடப்பதால், திருமணமாகி வரும் பெண்கள் சொந்த மாமனார் உள்ளிட்ட அந்த வீட்டு ஆண்களால் பாலியல் தொந்தரவுக்கு ஆளாவதும் சொல்லப் படுகிறது. 'நான் எனது கரு ஒன்றைக் கலைத்துக்கொண்டேன். அதன் தந்தை யாரெனத் தெரியாததால்' என்று தன் தாய் வீட்டுக்கு ஓடி வந்துவிடும் ஒரு குடும்பப் பெண் பேசும் வசனம் வருகிறது. ஆனால், அவளைக் கட்டாயப்படுத்தி அவளது புகுந்த வீட்டுக்கு அனுப்பிவைக்கிறார்கள். அவளது அடிபட்ட பார்வையைப்

பார்த்த பின்னரும் நாம் இந்தியக் கலாசாரம் பற்றி எப்படி மார்தட்டிப் பேச முடியும்!

Parched தற்போது இது மிகக் குறைந்த திரையரங்குகளில்தான் ஓடிக்கொண்டிருக்கிறது எனத் தெரிகிறது (பெங்களூருவில் இரு பிவிஆர் அரங்குகளில் தலா ஒரு காட்சி - அதுவும் விநோத வேளைகளில்). முடிந்தால் பார்த்துவிடுங்கள்.

(12, அக்டோபர் 2016)

27

கோடி விழிகள் (லென்ஸ்)

'**லெ**ன்ஸ்.' இன்றையச் சூழலில் முக்கியமான + அவசியமான படம். 1 மணி 50 நிமிடப் பரபரப்பான திரைக்கதையினூடாக சவாலான ஒரு விஷயத்தை முடிந்தளவு சரியாகப் பேசியிருக்கிறார் அறிமுக இயக்குநர் ஜெயபிரகாஷ் ராதாகிருஷ்ணன்.

முதலில் இந்தப் படம் எந்தச் சட்டகத்துக்குள் நின்று பேசுகிறது என்பதை நாம் விளங்கிக்கொள்ள வேண்டும். நம் உடம்பு - குறிப்பாகப் பெண்ணுடல் என்பது மானத்துடன் தொடர்புடையது; உடையோர் (கணவன் / மனைவி / காதலன் / காதலி / இன்ன பிற நெருக்கமானோர்) தவிர்த்த பிறர் அதைப் பார்த்தல் உயிர் விடுமளவு மாபெரும் அவமானம். இந்தக் கருத்தை எந்த விமர்சனமும் இன்றி எடுத்துக்கொள்கிறது படம் (ஏற்றுக் கொள்கிறது என்றும் சொல்வேன்). அதற்குள் இருந்தபடி ஒரு கதையைச் சொல்லியிருக்கிறது. எவன் பார்த்தால் என்ன, வக்கிரத்துடன் பார்ப்பவன்தானே அவமானப்பட வேண்டும் என்று படம் கேட்கவில்லை. இதை ஒரு குறையாகச் சொல்ல வில்லை. படத்தின் தரப்பு என்ன என்பதைச் சொல்லிவிட்டால், மேற்கொண்டு பேச ஏதுவாக இருக்கும் என்பதே அது. இன்னும் சொல்லப்போனால் இந்தியாவில் 99.99 விழுக்காடு இந்த மனநிலையுடன் இருப்பவர்கள்தாம். அதனால், படம் அவர்களை நோக்கிப் பேசுவது என்பது அவசியமானதுதான்.

‘லென்ஸ்’ படம் இரண்டு விஷயங்களைப் பேசுகிறது. ஒன்று சமூக வலைதளங்களில் பரஸ்பர சம்மதத்துடன் நிகழும் அத்துமீறிய பாலியல் பரிமாற்றங்கள். அடுத்தது, ஒருவரது அந்தரங்கக் கணங்களின் அசை படத்தை அனுமதியின்றி இணையத்தில் பகிர்வது. இந்த இரண்டையும் செய்யும் ஒற்றை வில்லனைக் கொண்டு கதையைப் பின்னியிருக்கிறார்.

சமூக வலைதளங்கள்வழி அறிமுகமே இல்லாத ஆணும் பெண்ணும் சந்தித்துக்கொண்டு - அவர்களுக்கு மணமாகி யிருந்தாலும், காதலன் / காதலி இருந்தாலும், குழந்தைகள் இருந்தாலும் - எந்த எல்லைக்கும் சென்று உரையாடிக்கொள்ளும் சாத்தியம் கடந்த பத்தாண்டுகளாகவே இருக்கிறது. இதனால், குடும்பங்கள் சிதைவது ஒருபுறம், தனி நபர் ஆளுமை சிதைவது மற்றொருபுறம். ஒட்டுமொத்தமாக இது ஒரு சமூகத் தீங்காக பிரமாண்டம் கொண்டபடியே இருக்கிறது. ஆண்டுதோறும் இதில் ஈடுபடுவோர் அதிகரித்தபடிதான் இருக்கிறார்கள். புதியவர்கள், இன்னும் புதியவர்கள், மேலும் மேலும் புதியவர்கள். இது தொடர்பாக நான் கண்ட, கேட்ட, வாசித்த உதாரணங்களின் எண்ணிக்கை கணிசமானது.

சொல்லப்போனால் ஓரிரு ஆண்டுகள் முன்புவரை இது எனக்கு ஆர்வத்துக்குரிய ஒரு தலைப்பு. அதற்குக் காரணம் இருக்கிறது. 2014-ம் ஆண்டில் பெங்களூருவில் The Times of India நாளேடு நடத்திய Literary Carnival-ல் ஆங்கில நாவலாசிரியை ப்ரீத்தி ஷெனாய், Love In The Times of Google என்ற தலைப்பில் பென்குயின் பதிப்பகத்தின் தலைமை எடிட்டரான வைஷாலி மாத்தூருடன் ஓர் உரையாடலை நிகழ்த்தினார். அப்போது வெளியாகியிருந்த அவரது நாவலான *The One You Cannot Have* பற்றியது அது. அதில் இன்னொரு பெண்ணுடனான கணவனின் சாட்டை மனைவி வாசித்துவிடுவதாக ஒரு காட்சி வரும் என நினைவு. அதை உரையாடலினிடையே வாசித்துக் காட்டினார் ப்ரீத்தி. அது எனக்கு ஒரு மிகப் பெரிய உந்துதலாக இருந்தது. அப்போது விநாயக முருகனின் ‘ராஜீவ் காந்தி சாலை’யைப் பாதி வாசித்திருந்தேன் (இன்னமும் முடிக்கவில்லை.)

அது மாதிரி துறைசார் புனைவு ஒன்று எழுத ஆர்வம்கொண்டிருந்த காலகட்டம். இந்த இரண்டு விஷயங்களும் சேர்ந்து சமூக வலைதளங்களில் ஆண் - பெண் உறவை முன்வைத்து - பாலியல் அதன் பிரதான முகம் - என் முதல் நாவலைத் திட்டமிட்டேன். ’நீலப்பறவை’ என அதற்குப் பெயர்கூடத் தேர்ந்திருந்தேன்

(ஏனென்று புரிகிறதா!). ஆனால், அதைச் செயல்படுத்தவில்லை. இனி எழுதுவேனா என்றும் தெரியவில்லை. அன்று எழுதி இருந்தால், அது பெரிய விஷயமாகப் பேசப்பட்டிருக்கும். இன்று வெகுஜன ஊடகமான சினிமாவிலேயே 'லென்ஸ்' போன்ற அம்மாதிரி முயற்சிகள் நடந்தேறிவிட்டன.

பொதுவாக வைக்கப்படும் வாதம் ஒன்று. அத்துமீறிய சமூக வலைதள உறவுகள் என்பவை சமூகத்தின் அளவுகோள்களின்படி அத்துமீறியவை என்றாலும் அவர்களுக்குள் அது பரஸ்பர சம்மதத்துடன்தானே நடக்கிறது, அது எப்படிக் குற்றமாகும் என்பது. அது சட்டப்படித் தவறாக இல்லாமல் இருக்கலாம். ஆனால், தர்மப்படி? அப்படிச் செய்யும் ஒரு கணவனுக்கு, தன் மனைவி அப்படிச் செய்தால் சம்மதமா என்ற கேள்வியை எழுப்பிக் கொள்ள வேண்டும். இந்தக் கேள்விக்கு நேர்மையான பதில் அளித்தாலே இந்த வகை உறவுகளில் முக்கால்வாசி வெட்டுப்படும். ஆனால், சிலர் அதற்கும் சம்மதம் என்று சொல்வார்கள். இன்னும் சிலர் அப்படி நடந்தால், அவர்களின் குற்றவுணர்வுக்கு விடுதலையாக அமையும் எனக்கூடக் கருதுவார்கள். (இது தொடர்பான நுட்பமான வசனம் ஒன்றினைப் போகிறபோக்கில் வைத்திருக்கிறார் இயக்குநர். அப்போது நிமிர்ந்தமர்ந்தேன்.)

ஒரு குழப்பமும் இது தொடர்பாக முன்வைக்கப்படுகிறது. ஏன் இப்படி வீடியோ சாட் செய்கிறார்கள்? அதுவும் குடும்பப் பெண்கள்கூட? இதில் என்ன கிடைக்கிறது என? மனிதர்களின் இச்சை நாம் கற்பனை செய்யவியலாத பரிமாணங்களைக் கொண்டது. சிலருக்கு செக்ஸ் வீடியோக்கள் போதும், சிலருக்கு நிர்வாணம் போதும், சிலருக்கு ரகசிய நிர்வாணமாக இருக்க வேண்டும், சிலருக்கு அந்தரங்கமான தொடுகை மட்டும் போதும், சிலருக்குத் தம் கையால் எதிர்பாலினத்தின் ஆடையைக் களைவதே போதும், சிலருக்கு சிலர் பயன்படுத்திய உள்ளாடைகள் போதும், சிலருக்கு தம் உறுப்பை எதிர்பாலினத்தைப் பார்க்கச் செய்தாலே போதும், சிலருக்கு அடுத்தவர் கலவியைப் பார்த்தால் போதும். இப்படிப் பலப் பல...

இன்றைய இணைய உலகில் அப்படித்தான் சிலருக்கு டெக்ஸ்ட் சாட், சிலருக்கு வாய்ஸ் சாட் (முன்பெல்லாம் - 90-களில் - பத்திரிகைகளில் கட்டண செக்ஸ் சாட் செய்வதற்கென தொலைபேசி எண்களைப் பகிர்ந்து விளம்பரமெல்லாம் வருமே), சிலருக்கு வீடியோ சாட் போதும், இன்னும் சிலருக்கு நேரிலும் கலவி வேண்டும். இவை மிக மிக ஆபத்தற்ற வடிவங்களில்

ஒன்றோ, அதற்கு மேற்பட்டோ நம்மிடமும் இருக்கலாம், அது நமக்கான துணையுடன் மட்டும் இருக்கலாம். அளவு அதிகரிக்கும் போது அது வக்கிரமாக உருக்கொள்கிறது. அது, அடுத்தவரை பலிவாங்கத் தொடங்குகிறது. அதனால் இதில் என்ன கிடைக்கிறது என்ற கேள்வி நம் தர்க்கத்தை, நம் மனப்பாங்கை அவர்கள் மீதேற்றி யோசிக்க முனையும் செயல்.

நம்மால் உணரச் சாத்தியமற்ற ஒரு சந்தோஷம் அவர்களுக்கு அதில் கிட்டுகிறது என்பதுவரைக்கும் புரிந்தால் சரி.

இம்மாதிரி சமூக வலைதள உறவுகள் என்றில்லை, நேரடி உறவுகளிலும் அந்நியோந்நியத்தின் அல்லது அறியாமையின் பலனாக நிகழும் ஒரு பக்கவிளைவு அப்பொழுதுகளைப் படம் பிடிப்பதும், அதை நெருங்கியவர்களுக்குக் காண்பிப்பதும், அப்பகிர்தலின் உச்சமாக அவற்றை இணையத்தில் ஏற்றுவதும். முன்னதைவிட இது மன்னிக்க முடியாத குற்றம்.

நல்ல ஆண் தனக்கு வரும் அறிந்த / யாரோ ஒரு பெண்ணின் (அவளுக்குத் தெரியாமலேயே, அவள் விருப்பமும் அனுமதியும் இன்றிப் பகிரப்படும்) நிர்வாண / கலவிப் புகைப்படத்தை மற்றவருக்கு அனுப்பிப் பரப்ப மாட்டான் - அது ஒரு நடிகை யாகவே இருந்தாலும். இது ஓர் அடிப்படை அறம். அப்படிப் பரப்பும் ஒவ்வொரு முறையும் ஒரு பெண்ணை, அவள் குடும்பத்தைச் சிதைக்கிறோம், மோசமான முடிவை நோக்கி நம் கையால் தள்ளுகிறோம். அதே நிலை நமக்கு வர இந்தத் தொழில்நுட்பம் வேய்ந்த நாகரிக யுகத்தில் நெடுங்காலம் ஆகாது. தனி மனிதர்கள் சுய ஒழுக்கத்தின் வழி இவற்றைப் பரப்பாதிருப்பதன் மூலமே இதற்கான சந்தையை மெள்ள மெல்ல ஒழிக்க முடியும். பார்க்க / பரப்ப ஆள் இல்லாதபோது இதை முதலில் வெளியிடும் நபருக்கு அதற்கான மோட்டிவேஷன் இல்லாமல் போகும். அப்படியான சமூகக் கூட்டு முயற்சிதான் ஒரே வழி.

நிர்வாணத்தை விற்கவென புரொஃபொஷனல்கள் இருக்கையில், (படம் அதையும் பேசுகிறது) இது அநாவசியம், அநியாயம். காமம் தீர்க்கப் பாலியல் தொழிலாளிகளை அணுகாமல் பக்கத்து வீட்டுப் பெண்ணைப் பலாத்காரம் செய்வதற்குச் சமானம்.

'அவள் எதற்கு அப்படி செல்ஃபியை எடுத்தாள் / புகைப்படம் எடுக்க அனுமதித்தாள்?' என்ற விதண்டாவாதக் கேள்வி ஒருபோதும் இந்தப் படங்களைப் பரப்பும் உரிமையை நமக்குத் தந்து விடாது. அவள் எடுத்தது / எடுக்க அனுமதித்தது அவளது

தனிமனித சுதந்திரம். அவள் மட்டும் பார்க்கவோ, நெருங்கியவர்களுக்கு மட்டும் காட்டவோதான் அதைச் செய்தாள். நீங்களும் நானும் பார்க்க அல்ல. மீறி அறியாமையினால் / துரோகத்தால் அது கசிந்துவிட்டது. அது நம்மிடம் வரும்போது, 'அது நமக்கானதல்ல' என்ற தெளிவு நமக்கு வேண்டும். அதைப் பகிரும் உரிமை நமக்கு இல்லை என்றப் புரிதல் வேண்டும்.

தமிழ் மின் சஞ்சிகையின் இரண்டாம் இதழின் தலையங்கத்தில் இது பற்றிப் பேசியிருக்கிறேன். ('இணையப் பழங்குடிகள்' என்பது தலைப்பு. பழங்குடி வாழ்வியல் பற்றிப் புரிதலற்று அவர்களை அவமதிப்பதாக லீனா மணிமேகலை சாடியிருந்தார்.)

முன்னெப்போதும் இல்லாதளவு ஒருவருடைய அந்தரங்கத்தைக் கிஞ்சித்தும் மதிக்காமல் வேடிக்கைப் பொருளெனப் பகிரங்கப்படுத்தும் ஓர் இரக்கமற்ற விஞ்ஞான யுகத்தில் வாழ்ந்து கொண்டிருக்கிறோம். அது, பிரபல நடிகை ராதிகா ஆப்தேயின் செல்ஃபியோ, முகமறியாப் பெண் ராகவியின் செல்பேசி உரையாடலோ, விதிவிலக்கின்றி கணங்களில் உலகச் சுற்றுக்கு விடப்படுகிறது. வாட்ஸ்அப், ட்விட்டர், ஃபேஸ்புக், யூட்யூப், சவுண்ட்கிளௌடு எனத் தொழில்நுட்பச் சாத்தியங்கள் அதிகரிக்கையில், தனிமனித வாழ்வுக்குள் எட்டிப்பார்க்கும் வேட்கையும் பெருகியபடியே இருக்கிறது.

உண்மையில், எந்தக் குற்றவுணர்வுமே இன்றி மிக இயல்பாக இந்தப் பகிரல் நடைபெறுகிறது. அனுப்புபவர், பெறுபவர் எவருமே அது குறித்து ஆட்சேபணை எழுப்புவதில்லை. மௌனித்திருப்பதும் அதில் பங்குகொள்வதற்குச் சமானமே.

'இவற்றைப் பகிர்தல் அறமா?' என்கிற தத்துவார்த்தக் கேள்வியைக் கண்டுகொள்ளாமல்விட்டாலும், நம் குடும்பத்துப் பெண் அதில் சம்மந்தப்பட்டிருந்தாலும், இதே ஆர்வத்துடன் பகிர்வோமா என்ற நீதிக் கேள்வியை எப்படி உதாசீனம் செய்ய முடியும்? ஒரே காரணம், 'நம் குடும்பத்துப் பெண்ணுக்கு இது போல் நேராது' என்ற குருட்டு நம்பிக்கைதான். தவிர, அடிப்படையிலேயே நமக்கு அடுத்தவர் படுக்கையறையின் சாவித் துவாரத்தில் கண்வைக்கும் வெறி உண்டு.

அச்சு, ஒளி, இணைய ஊடகங்கள்தாம் முன்பு இதைச் செய்து கொண்டிருந்தன. இப்போது நவீன வளர்ச்சியின் பயனாயக தனிமனிதர்களே அதைக் கையிலெடுத்துக்கொண்டுவிட்டார்கள். மீடியாக்கள் இப்போது இயல்பாக நெஞ்சை நிமிர்த்திக்கொண்டு

Goes vira என செய்திச் சாக்கு வைத்துக்கொண்டு அதற்கு வெளிச்ச மிடுகிறார்கள்.

புகைப்படங்கள், உரையாடல்கள், வீடியோக்கள் எல்லாம் ஒருவரது தனிப்பட்ட பாத்தியதை. அவரது முறையான அனுமதி யில்லாமல் அதைப் பார்ப்பதற்கோ கேட்பதற்கோ நமக்கு உறுத்த வேண்டும். அதில்லை எனினும், அதைப் பகிர்வது சட்டத்துக்குப் புறம்பான செயல். அனுப்புபவர் மட்டுமின்றி பெறுபவருக்கும் இக்குற்றத்தில் பங்குண்டு.

நடிகை என்பது அவரது அந்தரங்கத்தை ஊடுருவ எந்தச் சலுகையையும் நமக்குக் கொடுத்து விடாது. அவர் தான் நடிக்கும் திரைப்படங்களில், விளம்பரங்களில் உடலை முன்வைப்ப வராகவே இருந்தாலும், அவரது அனுமதியின்றி எடுக்கப்படும் / பகிரப்படும் விஷயங்கள் பிழையே. நாம் இளக்காரமாகக் கருதும் நடிகையிடமே இந்தக் கண்ணியத்துடன் நடக்க வேண்டும் எனும்போது யாரோ ஒரு சாதாரணப் பெண்ணிடம் இன்னும் பொறுப்பு கூடத்தானே வேண்டும்!

ஒரு பெண் கெட்டவளா, நல்லவளா, அவளது பின்புலம் என்ன என்பதெல்லாம் இதில் பொருட்டே அல்ல. அவள் தனிமையில் ஒருவரை நம்பிச் செய்த விஷயம் துரோகத்தாலோ, கவனமின்மை யாலோ வெளியே கசிந்துவிட்டது. நம் எல்லோரையும்போல் தானே அவர்களும் நடந்துகொள்கிறார்கள்? தொந்தரவு செய்யாமல் அதை அப்படியே அமைதியாகக் கடந்துவிடலாமே! அஃதல்லாமல் அதைவைத்துப் பொழுதுபோக்க என்ன இருக்கிறது? கலவியில் ஈடுபடும் நாய்களைக் கல்லால் அடித்துத் துன்புறுத்தி மகிழும் சேடிஸத்துக்கு சற்றும் குறைந்ததில்லை இது.

ஒரு ஸ்கேண்டலில் சம்மந்தப்பட்டவருக்கு நாம் செய்யும் ஆகச்சிறந்த உபகாரம் அதைப் பரப்பாமல் இருப்பதே. போலவே பெண்களும் கணவன் உள்ளிட்ட யாரையும் நம்பி பிரச்னைக்குரிய எதையும் பகிராதிருப்பதே நலம். இப்போதைக்கு இதில் பெரும் பாலும் பாதிக்கப்படுவது பெண்களே என்றாலும், ஆண்களும் சமமாக அதிர்ச்சியுறும் காலம் தொலைவில் இல்லை (ஏற்கெனவே ஓர் அசிஸ்டென்ட் கமிஷனரின் டெலிபோன் உரையாடல் இருக்கிறது).

இணையத்தைப் பொறுத்தவரை நாம் இன்னும் பழங்குடி வாழ்க்கைதான் வாழ்ந்துகொண்டிருக்கிறோம். அதிலும் நாகரிகத்தை நோக்கி நகர முயற்சிக்க வேண்டும். ‘நான்’ என்பது ஒழுங்கானால் ‘நாம்’ என்பது தானாகச் சரியாகும்.

பெண்களுக்கு இதில் கற்றுக்கொள்ள ஒன்று உண்டு. கணவன், காதலன், தோழன், சமூக வலைதள சாட் வழி அறிமுகம் ஆன மீட்பன் என எவனையும் (எவளையும்) நம்பி உங்கள் நிர்வாண, அரை நிர்வாணங்களைப் பகிராதீர். என்றேனும் அது வைரலாகி ஊரே உங்களை மனதிலிருத்திச் சுயஇன்பம் செய்யும். அப்புறம் கேலி செய்யும். அதற்கு மேல் உங்கள் இஷ்டம்!

இவற்றுக்கெல்லாம் Orthogonal-ஆக ஒரு பார்வை உண்டு. நிர்வாணத்தை மானத்தோடு இணைத்து அஞ்சுவதாலேயே இத்தகு விபத்துகள்அல்லது சதிகள்பேரிழப்பை உண்டாக்குகின்றன, அதனால் அதை ஒரு சாதாரண விஷயமாக எடுத்துக் கடக்க சமூகம் பழக வேண்டும் என்ற பார்வை. மதிப்புக்குரிய ராஜன்குறை இதை வலியுறுத்தி அவ்வப்போது பேசிவந்திருக்கிறார்:

(1) எனக்கு ஒரு சந்தேகம். கோபிக்காமல் யோசித்துப் பாருங்கள். ஹோட்டல்கள், துணிக் கடைகள் போன்ற இடங்களில் மறைவான இடங்களில் கேமராவைத்து நிர்வாண உடல்களைப் பதிவுசெய்கிறார்கள்; இப்போது Nameo என்ற மென்பொருளை செல்போனில் தரவிரக்கினால், அது எக்ஸ்ரேபோலச் செயல் பட்டு ஆடையை மட்டும் நீக்கி, நிர்வாண உடலை படமெடுக்கும் / காட்டும் என்று சொல்கிறார்கள். இது போன்ற செய்திகளைப் பகிர்பவர்கள் பெண்களை எச்சரிக்கையாக இருக்கச் சொல் கிறார்கள்; இதைப் பெரிய ஆபத்து என்கிறார்கள். ஒரு பெண்ணை இப்படி ஒருவர் படம் எடுத்தால், அவமானம் எடுத்தவருக்கு வேண்டுமானால் இருக்கலாம் - அந்தப் பெண்ணுக்கோ அல்லது ஆணுக்கோ என்ன அவமானம்? ஆடைகளுக்கு உள்ளே எல்லோரும் நிர்வாணமாகத்தான் இருக்கிறோம். அது வெளிப் பட்டுவிட்டால், சம்பந்தப்பட்டவருக்கு அவமானம் என்ற மனப்பான்மையை முதலில் எதிர்க்க வேண்டும். ஆடை அணிவதற்குப் பல காரணங்கள் இருக்கலாம். ஆனால், ஒருவரது நிர்வாணம் அவமானகரமானது என்பது காரணமாக இருக்கக் கூடாது. படமெடுத்து நெட்டில் போட்டால் போடட்டும். போடுபவர்களும் பார்ப்பவர்களும் வேண்டுமானால் வெட்கப் படலாமே தவிர அந்த உடலுக்கு உரியவர்கள் வெட்கப்படக் கூடாது. குழந்தைகளை ஆடை அணியப் பயிற்றுவிக்க பப்பி ஷேம் சொல்வதை வாழ்நாள் முழுவதும் நம்புவது முதிர்ச்சி யின்மை இல்லையா என்ன? இணையவெளியின் நிர்வாண பித்தினால் இந்த நிர்வாணப் பைத்தியம் இன்னும் பத்தாண்டுகளில் ஒழிந்துவிடும் என்று நம்புகிறேன். அதற்கு இந்த அவமானம் குறித்த எண்ணம் முதலில் ஒழிய வேண்டும்.

(2) பல்வேறு விஷயங்களில் சமூகம் முதிர்ச்சியடைந்து வருவது போல, பாலுறவு என்பது வாழ்வின் சிறு பகுதி, உணவு அருந்துவதுபோல அன்றாடத் தேவைகூடக் கிடையாது, அவ்வப் பொழுது தேவை, நிர்வாணம், பாலுறவு என்பதெல்லாம் மறை பொருளாகவோ, மானம், மரியாதை தொடர்பானதாகவோ இருக்கவேண்டியதில்லை என்பது போன்ற புரிதல்களும் பெருகும்போது இயல்பாகவே காணொளி துணுக்குகளுக்கும், பீஃப் ஒலிகளுக்கும் முக்கியத்துவம் இல்லாமல் போய்விடும். பள்ளிகளில் பாலியல் கல்வியைத் தொடங்குவது அதற்கு ஓர் அடித்தளமாக இருக்கும். கூடவே தமிழ்த் தொலைக்காட்சிகளில் தற்போது வழங்கப்படும் பாலியல் ஆலோசனைகளைத் தடைசெய்வ துடன், பாலியல் மருத்துவக் கல்வி என்பது உரிய கவனத்துடன் புதிய அடிப்படைகள் கொண்டு உருவாக்கப்பட வேண்டும். தொலைக்காட்சிகளில் வழங்கப்படும் முட்டாள்தனமான ஆலோசனைகளைக் கேட்டால் திகைப்பாக இருக்கிறது. பாலுணர்வு இயல்பாக்கம் என்பதை தகர்த்தெறியாமல் மானுட விடுதலை சாத்தியமில்லை. உடல்களுக்கிடையேயான பாலுறவற்ற அரவணைப்பினையும், ஒளிவு மறைவற்ற போக்கினையும் பரவலாக்கினாலே இது குறித்த தேவையற்ற மன அழுத்தங்கள் குறையும். இது போன்ற விஷயங்களில் வித்தியாசமாக சிந்திப்பவர் களின் குரல்களுக்கு ஊடகங்கள் முக்கியத்துவம் தர வேண்டும்.

படத்தில் சில புத்திசாலித்தனமான தருணங்கள் உள்ளன. மயக்கத்திலிருக்கும் பெண்ணின் மாஸ்க்கை கழற்றும் காட்சியும் அதை விவரிக்கும் இறுதிக் காட்சியும் உதாரணங்கள். கிடைக்கும் அந்தரங்கங்களை எல்லாம் இணையத்தில் ஏற்ற முனையும் அற்பத்தனம் சுற்றம், நட்பு என என நெருங்கிய அனைவரையும் நம்மை நீங்கச் செய்யும் என்ற கருத்தைத்தான் இறுதிக் காட்சி முன்வைக்கிறது. அதுவே இதில் குற்றத்துக்கான முக்கியமான தண்டனை எனப் பார்க்கிறேன். ஒதுக்கப்படுதல்.

இரண்டாம் பாதியில் வில்லன் மேல் கேஸ் மேலும் மேலும் வலுவாக எழுதப்படுகிறது. அறிமுகமற்ற பெண்களுடன் செக்ஸ் சாட் வீடியோ என்பதில் தொடங்கி, அடுத்தவரின் அந்தரங்கமான வீடியோவைப் பார்த்தல் / பகிர்தல் என்று வளர்ந்து, இறுதியில் அதை இணையத்தில் ஏற்றியதே அவன்தான் என முடிகிறது. இறுதிக் குற்றத்தை அவன் செய்யவில்லை என்றாலும், முதலிரண்டைச் செய்ததற்காகவே படத்தில் வழங்கப்பட்ட தண்டனை நியாயமானதே எனத் தோன்றுகிறது.

ஏஞ்சலாக நடித்த அஸ்வதி லாலின் நடிப்பு (வீடியோவில் ஒவ்வொரு தாளாகக் காட்டும் காட்சி) கவனிக்கும்படி இருந்தது. யோகனாக நடித்த ஆனந்த் சாமியும் பரவாயில்லை (டூலிப் வீடியோவை எத்தனை முறை அரவிந்த் பார்த்தான் எனப் பட்டியலிடும் காட்சி). மிசா கோஷல் படம் முழுக்க மயக்கத்திலேயே கிடக்கிறார். படத்தை இயக்கியது மட்டுமல்லாமல், சங்கடத்துக்குரிய எதிர்மறைப் பாத்திரத்திலும் (அரவிந்த்) நடித்திருக்கிறார் ஜெயபிரகாஷ். கொஞ்சமாக அபிஷேக் சாயல். நடிப்பில் முதிர்ச்சியின்மை ஆங்காங்கே தெரிந்தாலும், அதையெல்லாம் கவனிக்கவிடாமல் திரைக்கதை தடதடக்கிறது. (சற்று முன் ஜெயபிரகாஷின் ஃபேஸ்புக் பக்கத்துக்குப் போய்ப் பார்த்தேன். சட்டென Hi சொல்லி சாட் செய்யத் தொடங்கி விடுவாரோ என்ற பயம் எழும்பியது. அந்த வகையில் ஓர் இயக்குநராக வெற்றி பெற்றுவிட்டார் என்றே சொல்வேன்.)

நடிகர் தேர்வு, வசன உச்சரிப்பின்போதான லிப் சிங்க் என எல்லாவற்றிலும் மலையாள வாடை தூக்கல். படத்தை இரண்டு மொழிகளிலும் எடுத்ததுதான் காரணம். நானறிந்து ரகசிய வீடியோ எடுத்தல் என்ற விஷயத்தை எடுத்துப் பேசி இருக்கும் மூன்றாம் (பொருட்படுத்தத்தக்க) மலையாளப் படம் 'லென்ஸ்.' முதலில் 'திருஷ்யம்'; பின்னே 'சாப்பா குரிஷு'; இப்போது இது.

படத்தில் குறைகளே இல்லை என்று சொல்லவில்லை. லோ பட்ஜெட் என்பது ஆங்காங்கே தெரிகிறது என்பது தொடங்கி இன்னும் நேர்த்தியான காட்சியமைப்புகளும் கூரான வசனங்களும் சமைத்திருக்க முடியும் என்பதுவரை சொல்லலாம்.

எஸ்.ஆர்.கதிர் ஒளிப்பதிவு என்பது பொதுவாக எதிர்பார்ப்புக்குரியது. 'கற்றது தமிழ்', 'சுப்ரமணியபுரம்' என அது வேறு லெவல். இந்தப் படத்தில் முழுக்கவே இண்டோர் என்பதால், ஒளிப்பதிவின் வீச்சை உணர முடியவில்லையா எனப் புரியவில்லை. 'பரதேசி', 'காக்கா முட்டை', 'விசாரணை'யைத் தொடர்ந்து இதிலும் ஜி.வி.பிரகாஷ் ஏமாற்றியிருக்கிறார் என்றே சொல்வேன்.

தலைப்புக்கூட 'லென்ஸ்' என்பது பொருத்தமாகத் தோன்றவில்லை. கேமராவின் லென்ஸ் என்று சுற்றி வளைக்கிறது. கோடிக் கண்கள் என்பதை உணர்த்தும் ஏதேனும் சொல் சொற்றொடர் படத்துக்குத் தலைப்பாக இருந்திருக்கலாம்.

ஆனால், படத்தைக் கொண்டாட இவை ஏதும் தடையாக இல்லை. அதன் உள்ளடக்கம் அத்தனை வீரியமாக மிளிர்கிறது.

இந்தப் படம் ஒரு கண்ணாடி. சமூகத்தைப் பிரதிபலிக்கிறது. இடையில் நம்மையும். படம் பேசும் Ecosystem-ல் எங்கோ நாம் பொருந்தியிருக்கிறோம். யாரோடோ சாட் செய்பவர்களாக, அல்லது அந்தரங்கத்தைப் படமெடுப்பவர்களாக, அல்லது அதை இணையத்தில் ஏற்றுபவர்களாக, அல்லது அதைப் பகிர்பவர் களாக, அல்லது அதைப் பார்ப்பவர்களாக, அல்லது இவற்றால் பாதிக்கப்படுபவர்களாக. யாரெனினும் படம் நம்மைச் சிந்திக்க வைக்கிறது. மாற வேண்டுமா என்ற மறுபரிசீலனைக்குத் தூண்டுகிறது. அது படத்தின் முக்கியமான சமூகப் பங்களிப்பு. அந்தக் கோணத்தில் சமீபத்தில் இத்தகையப் படம் வேறில்லை.

'தட்டத்தின் மறையத்து', 'ஜேக்கபின்ட சுவர்க்கராஜ்யம்' படங்களை இயக்கிய, ஒரு வடக்கன் செல்ஃபி படத்தை எழுதிய வினீத் ஸ்ரீனிவாசன் இந்தப் படத்தைப் பற்றிச் சொல்கையில் 'It's relevant, it's gritty, it's honest and it haunts' என்கிறார். ஆம். இந்தப் படம் உங்களைத் துரத்தும். தொந்தரவு செய்யும். கோடி விழிகள் நம்மை எப்போதும் பார்த்துக்கொண்டிருப்பதாக பிரமை தட்டும்.

வெளியிலுள்ள வெகுஜனம் கண்டுகொள்ளவில்லை என்றாலும், இத்தகு படங்களைக் தூக்கிவைத்துப் பேசுவது சமூக வலைதள வழக்கு. 'ஆனால், சமூக வலைதளங்களில்கூட ஏன் இந்தப் படம் பற்றிப் பரவலாகப் பேசப்படவில்லை' என நண்பர் கேட்டார். 'அநேகமாகப் பலரும் படம் பார்த்து திருடனுக்குத் தேள் கொட்டிய அதிர்ச்சியில் உட்கார்ந்திருப்பார்கள்' என்றேன் விளையாட்டாக. ஆனால், கொஞ்சம் யோசித்துப் பார்த்தால் அது வெறும் விளையாட்டு மட்டும்தானா என வியக்கிறேன்.

இந்த வகைப் படங்களை ஊக்குவிக்கும் வெற்றிமாறனுக்கு நாம் நன்றி சொல்லக் கடமைப்பட்டவர்கள். எப்படிச் சொல்வது? தியேட்டருக்குப் போய் காசு கொடுத்துப் பார்ப்பதன் மூலமும் அதைப் பற்றி பேசியோ, எழுதியோ பரப்புவதன் மூலமும்.

(19, மே 2017)

28

மயில், கழுகு மற்றும் புறாக்கள் (தரமணி)

பிரயத்தனம்
கடைசியில்
ஒரு கண்ணாடிக் கோப்பை
கீழே விழுந்து
உடைவதற்குத்தானா
இத்தனை ஆயத்தம்
இத்தனைப் பதட்டம்
இத்தனை கண்ணீர்?

- மனுஷ்ய புத்திரன்

•

'இறைவி'போல் மற்றுமொரு ஃபெமினிஸ முயற்சிப் படம். அதைவிட நன்றாக இருக்கிறது என்பது மட்டும் ஆறுதல்.

குறிப்பாகச் சில வசனங்கள் மற்றும் காட்சிகள். ராமிடம் எப்போதுமே அது உண்டு எனலாம். உதாரணமாக, 'கற்றது தமிழ்' படத்தில் Touch me if you dare போல் இதில் Hope this size fits you. ராமின் சில மனநிலைகள் ரசித்துப் புன்னகைக்கவைக்கின்றன.

முதல் 45 நிமிடங்கள் (பிரபுவுக்கு தியா மீது சந்தேகம் வரும் வரை) இது வேறு ஒரு ஜாதிப் படமாக இருந்தது. மிக ஈர்த்தது.

மொட்டைத்தலைக்கும் முழங்காலுக்கும் முடிச்சுப் போட்ட தெல்லாம் சுவாரஸ்யமாகவே இருந்தன. அந்தப் பகுதிகளைப் பார்த்துக்கொண்டிருந்தபோது 'எம் காலத்தின் கலைஞன்' என்று ராம் குறித்து படத்தின் விமர்சனத்தில் எழுத வேண்டும் என்றெல்லாம் மனதில் ஓடியது. ஆனால், அடுத்த ஒண்ணே முக்கால் மணி நேரம் அதை மெள்ள மெள்ள மழுப்பி சமநிலைக்குக் கொண்டு வந்துவிட்டது (மீண்டும் நாகூர் காட்சிகளில் அதே அளவிலான டெம்போ வந்தடங்கியது).

முதல் சறுக்கல் பிரபுநாத் பாத்திரம் திருகலாக அமைக்கப் பட்டிருப்பது. முதல் 45 நிமிடங்கள் அந்தப் பாத்திரம் காட்டும் முதிர்ச்சிக்கும் அறத்துக்கும் அடுத்து சட்டெனக் குருட்டுத்தன மான சந்தேகக்காரனாக, அதன் நீட்சியாக முரட்டுத்தனமான சாடிஸ்டாக மாறுவதற்கும் ஒட்டவேயில்லை. (பாத்திரங்கள் கறுப்பு - வெள்ளையாகவே இருக்க வேண்டும் என்று சொல்ல வில்லை. ஆனால், அப்படிச் சொல்லியே எல்லாப் பாத்திர முரண்களையும் கடக்க முடியாது அல்லவா!)

ஆண்ட்ரியாவுக்கு நிச்சயம் இது வாழ்நாள் படம்தான். ஆனால், அவர் பாத்திரமும்கூட ஒரு மாதிரி விசித்திரமானது. ஓர் உறவில் வரும் குழப்பத்தில், சண்டையில் தன் தரப்பை விளக்கவே மாட்டேன், 'ஆமாம்டா, நான் அப்படித்தான்' என்றிருப்பது அறிவீனம்தான். திரைக்கதையை இழுக்க இரண்டு இடங்களில் தியா பாத்திரத்தை இப்படி Assassinate செய்துவிட்டார் ராம் (பாஸின் அழைப்புக் குறுஞ்செய்தி மற்றும் தியாவின் ஃபேஸ்புக் அப்லோட்). ஆனால், துரதிர்ஷ்டவசமாக அதையெல்லாம் பெண்ணியத்தில் சேர்த்து இங்கே கைதட்டுகிறார்கள்! அவர் நடிப்பும் சாதாரணமாகவே இருந்தது!

அபூர்வ சௌம்யா (அஞ்சலி) பாத்திரம் மட்டுமே எதிர்மறை என்றாலும், ஓர்மையுடன் (Integrity) எழுதப்பட்டிருக்கிறது. ஆரம்பம் முதல் இறுதிவரை சுயநலமான சூழ்நிலைக் கைதியாகவே இருந்துவிடுகிறார். ஆனால், அழுதுகொண்டே இருந்தவள் இப்போது அவள் அழுவதில்லை. அதிகபட்சம் பத்து நிமிடங்களே வந்தாலும் ஆண்ட்ரியாவைவிட அஞ்சலியின் பாத்திரமே அதிகம் யோசிக்கவைத்தது. பிரபுநாத், அவளிடம் சுமூகமாகவே பணம் கேட்காமல் முதலிலேயே ஏன் கூட இருப்பதுபோல் படமெடுத்து மிரட்டிக் கேட்க வேண்டும் எனப் புரியவில்லை. அவனது திரிபுக்கான லீடாகக் கொள்ளலாம்.

பிரபுநாத் இடையில் பெண்களின் எண்களை எல்லாம் தேடி எடுத்து, அவர்களை வலையில் வீழ்த்துவது ஒரு மன்மத சைக்கோத்தனமாகத் தோன்றினாலும் அது மாதிரியான சைக்கோக்கள் சூழத்தான் வாழ்ந்திருக்கிறோம். அந்த வகையில் அது ஒரு முக்கியமான பதிவு. அப்புறம் அதைத் தொடங்கும் முன்னர் அவன் 'பெண்கள் எல்லாம் இப்படித்தான்' என பர்ணபாஸுக்கு நீருபிப்பதாகச் சொல்வான். அவர், 'எனக்கு எதுக்குலே நீ நிரூபிக்கணும்?' எனக் கேட்பார். அவன் அதை உணர்ந்து தனக்குத் தானே நிரூபிக்க என்று திருத்திக்கொள்வான். ஆனால், அவன் கடைசியில் அவருக்குத்தான் அதை நிரூபிப்பான். அதே சமயம் அவனும் அதில் புதிதாக ஒன்றைக் கற்றுக்கொள்வான். அப்படி எல்லோரையும் சொல்ல முடியாது என!

அழகம் பெருமாளுக்கு 'கற்றது தமிழ்' போலவே ஒரு முக்கிய மான பாத்திரம் - பர்ணபாஸ். அழகாகச் செய்திருக்கிறார். மீனம்மா தன் பதிவொன்றில் அவரது கடைசிக் காட்சியைச் சிலாகிப்பவர் களைத் திட்டியிருந்தார். எத்தனை பேர் அதன் பொருளை உள்வாங்கிப் பாராட்டுகிறார்கள் என்று எனக்கும் தெரியவில்லை. ஆனால், அதை மிகைக் காட்சியாக மட்டும் நான் கடக்கவில்லை. பர்ணபாஸ் ஏன் பிரபுநாத்திடம் 'நீ அவளுக்கு நல்லதுதாம்லே பண்ணி இருக்கே...' என்று சொல்கிறார்?

1) அத்தனை வருடம் அவர் மீது பேரன்புகொண்ட மனைவிக்கு சபலம் வரக்கூடும் என்பது பர்ணபாஸுக்கு ஒரு திறப்பு. அவளுக்குமே. இனி அவளுக்கு மறுபடி அப்படியானதொரு சபலம் வராது. அதுவே அவளுக்கு அவன் செய்த நல்லது.

2) அந்தப் பாடத்தைக் கற்க அவள் பெரிய விலையைக் கொடுக்கவேண்டி இருக்கவில்லை என்பதும் முக்கியமானது. அது பிரபுநாத்தின் நற்குணமே! அதுவும் அவன் அவளுக்குச் செய்த நன்மை.

3) ஒரு சகோதரியோ, மகளோ தடம் புரள்கையில் ஆண் கண்டித்துச் சீர்திருத்தவே முற்படுவான், தூக்கியெறிய மாட்டான். ஆனால், அதுவே மனைவி எனில் கொலை அல்லது பிரிவு. அது தவறு என்று இயக்குநர் சுட்டிக்காட்ட முனைகிறார். அந்தத் தருணத்தில் அவள் கணவனும்கூட அவளைத் தவறு செய்யச் சாத்தியமுள்ள சக மானுட ஜீவியாகப் பார்க்கவும், அவள் வாழ்க்கை மீதான

அக்கறையுடன் அணுகவும் முற்பட வேண்டும் என்கிறார். அது முக்கியக் கருத்துதான். ஆனால், ஒற்றை வரி வசனம் மூலம் அது சரியாக convey ஆகவில்லை என நினைக்கிறேன். அந்தப் புரிதல் தனக்கு வர வாய்ப்பளித்த பிரபு அப்படியாகத் தன் மனைவிக்கு நல்லது செய்திருக்கிறான் என்கிறார் பர்ணபாஸ்.

4) ‘பர்ணபாஸ் வாக்கு பைபிள் வாக்கு’ என்கிறார். ‘உன்னை ஒரு கன்னத்தில் அறைகிறவனுக்கு மறு கன்னத்தையும் கொடு’ என்ற வாசகம் பைபிளின் புதிய ஏற்பாட்டில் குறைந்தது இரண்டு இடங்களில் வருகிறது. அதாவது ‘உங்கள் சத்துருக் களைச் சிநேகியுங்கள்’ என்கிறார் இயேசு. அந்த அடிப்படையிலும் அறியாமல் தனக்குத் துரோகம் செய்து விட்ட பிரபுநாத்தை மன்னித்துவிட்ட பாவனையில் அவன் அவளுக்கு நன்மையே செய்ததாகச் சொல்கிறார். (அதற்கு முந்தைய வசனத்தில் பிரபு அவர் நினைப்பதுபோல் அவரது செல்பேசியிலிருந்து அவர் மனைவி எண்ணை எடுக்க வில்லை, ரீசார்ஜ் கடையில் எடுத்தது எனத் தெளிவாக்கு கிறான். ஆக, அது அறியாமல் நிகழ்ந்துவிட்ட துரோகமே எனத் தெளிகிறார்.)

போலீஸ்காரர் மனைவியுடனான பகுதிகள்... பிரபுநாத்திடம் தியா, ‘உன்னைவிட அவன் சூப்பர்’ என்று சொன்னதன் உளவியல் பின்னணியைப் புரியவைப்பது மட்டும்தான் நோக்கமா? அவர் தரப்பிலிருந்து பார்த்தால் பிளாட்டின மோதிரத்தின் மீது அவருக்கு என்ன அக்கறை? அவரது நோக்கம்தான் என்ன? கடைசியில் லூஸுபோல் கத்திக்கொண்டு ஏன் தற்கொலை செய்கிறார். கணவன் கொடுமை அன்று மட்டும் எந்த வகையில் மோசமானது. இன்னும் சொல்லப்போனால் அன்று அவனுக்கு அவள் மீது வலுவாகச் சந்தேகப்பட அத்தனை முகாந்திரங்களும் இருந்தன. மனைவி தனித்திருக்கையில் வீட்டில் ஒருவன் ஒளிந்திருந்தாலும், அதைக் கேள்விக்குட்படுத்தக் கூடாது என்பதுதான் ராம் சொல்ல வரும் பெண்ணியமா?

ஆண் ஓரினச் சேர்க்கையை ஒரு வில்லனிக்காக (‘வேட்டையாடு விளையாடு’ - ‘நடுநிசி நாய்கள்’) அல்லது காமெடியாக (‘கொரில்லா செல்’) காட்டிக்கொண்டிருக்கும் தமிழ் சினிமாச் சூழலில் முதன் முறையாக அது பற்றி பரிவுடன் பதிவாகியிருக்கிறது இந்தப்

படத்தில். தியாவின் தியாகம் டிராமாடிக் என்றாலும், அதற்குச் சொல்லப்படும் காரணம் யோசிக்கவைக்கிறது.

கார்ப்பரேட் நிறுவனங்களில் பெண்களுக்கு பாஸ்களால் பாதுகாப்பில்லை என்பது படத்தில் அழுத்திச் சொல்லப்படுகிறது. நான் 11 ஆண்டுகளாக ஐடி துறையில் இருக்கிறேன். ஒருமுறைகூட இப்படியான சம்பவங்களைக் கேள்விப்பட்டதில்லை. அதுவும் தற்போதைய நிறுவனத்தில் Workplace harassment தொடர்பாக ஆண்டுதோறும் இருபாலருக்கும் கட்டாயப் பயிலரங்குகளே உள்ளன. மேலாளர் தனக்குக் கீழ் பணிபுரியும் எதிர்பாலரிடம் பேசுவதில் Reasonable restrictions உண்டு. அத்துமீறல் குறித்துப் புகாரளிக்க பாதுகாப்பான நடைமுறைகள் உள்ளன. எல்லா வற்றுக்கும் மேலாக, 'உங்கள் செயலின் நோக்கம் முக்கியமே இல்லை. அது எவ்விதம் எதிர்பாலினரால் உணர / புரிந்து கொள்ளப்படுகிறது என்பதே முக்கியம்' என்பதைத்தான் இந்த விஷயத்தில் Thumb-rule-ஆக வைத்திருக்கிறார்கள்! பெண் ஊழியைகளுக்கு அத்தனைப் பாதுகாப்பு கார்ப்பரேட்டில் இருக்கிறது என்பதே என் புரிதல். ராம் சொல்வதெல்லாம் கார்ப்பரேட்டில் பரவலாக நடக்கிறதா என நண்பர்கள் சொல்லலாம். ஆனால், நான் வேலை பார்த்தது பெரும்பாலும் Product based கம்பெனிகளில். ஒருவேளை ஐடி சர்வீஸ் கம்பெனிகளில், கால் சென்டர்களில் இப்படியெல்லாம் நடக்கிறதா? (இப்படியெல்லாம் நடக்கவே இல்லை எனச் சொல்லவில்லை. ஆனால், ராம் காட்டியது இரண்டே பாஸ்கள். இரண்டுமே பொறுக்கிகள். அது நியாயமா என்றுதான் கேட்கிறேன்.)

யுவன் ஷங்கர் ராஜாவின் பாடல்கள் படத்தோடு பார்க்கையில் எனக்குப் பெரிதாகப் பிடிபடவில்லை. பின்னணி இசை பிடித்திருந்தது. நா.முத்துக்குமாரின் வரிகளையும் கவனிக்க முடியவில்லை. 'கடலளவு நேசிக்கிறேன், மலையளவு வெறுக்கிறேன்...' என்பதெல்லாம் ரொம்பச் சாதாரண வரிகள்தாம். தேனி ஈஸ்வரின் ஒளிப்பதிவு வசீகரம். குறிப்பாக டாப் ஆங்கிள் ட்ரோன் ஷாட்களில் கடல், ஏரி, மேம்பாலம், கான்க்ரீட் வனம் என சென்னை லேண்ட்ஸ்கேப்பின் அழகிய பதிவு.

ஆண்ட்ரியாவின் பையனாக நடித்த பையன் நன்றாகச் செய்திருந்தான். சர்ச் ஃபாதர், தியாவின் அம்மா, தியாவின் கணவன், போலீஸ்காரர், அவர் மனைவி என எல்லோருமே நல்ல நடிப்பு. ராமின் வாய்ஸ் ஓவரும் ஒரு பாத்திரமாக உற்சாகம்!

புறாவானது 28-வது மாடியிருக்கும் உயரத்துக்குப் பறக்குமா என்ன? நான் ஒன்றரை வருடம் 28-வது மாடியிலமர்ந்து பணிபுரிந்திருக்கிறேன். ஒரு புறாவையும் அங்கே கண்டதில்லை என்பதால் கேட்கிறேன். தவிர, புறாக்கள் தாம் முன்பு வசித்த மரத்தைத் தேடி வருவதாகச் சொல்லப்படுகிறது. அவ்விடம் முன்பு காடாக இருந்ததாகவே வைத்துக்கொள்வோம். ஆனால், 28-வது மாடிக்கு இணையான உயரம்கொண்ட, அவை முன்பு வசித்த மரம் எது அல்லது கவித்துவச் சுதந்திரமா!

'வெளியே தெரியறது ஒரு உருவம், ஆனா உள்ளே இருக்கறது பல ரூபங்கள்' என்று வடிவேலு சொல்வதுபோல் ஓர் அன்பர் 'இந்தப் படத்துக்குள் பல கட்டுரைகள் இருக்கின்றன' எனச் சொல்லியிருந்தார். எனக்கு அப்படித் தோன்றவில்லை. நவீன யுகத்தில் ஆண் - பெண் உறவு என்ற ஒரே கட்டுரைதான் இதில் இருக்கிறது. அதில் பெண்ணியம் பற்றியச் சில சரியான புரிதல்களும், சில அதீதங்களும் இடம்பெற்றிருக்கின்றன. அவ்வளவுதான். மற்றபடி, இணையச் சிலாகிப்புகள் மிகையே!

ராமின் நாயகர்கள் அனைவருமே ஊரோடு ஒத்து வாழாதவர்களாகவே இருக்கிறார்கள். ராமைப்போலவே. இதை அவரைப் பெருமைப்படுத்தும்விதமாகவும் சற்றே கவலையுடனுமே குறிப்பிடுகிறேன். ஓவர் வித்தியாசமும் ஒவ்வாமை தரலாம்.

ராமின் சிறந்த படம் இதுவல்ல. இன்னும் சொல்லப்போனால், என்வரையில் மூன்றில் இதற்கே கடைசி இடம். ஆனால், அது இயக்குநர் ராம் கவலைப்படவேண்டிய பிரச்னை. நமக்கு இது பார்க்கக்கூடிய, பார்க்கவேண்டிய படம்தான். Watch it!

(14-ஆகஸ்ட்-2017)

29

கூற்றை வெல்லும் அறம் (அறம்)

முதலில் திரையுலகின் சுரண்டல்களையும் முதுகு குத்தல்களையும் தாண்டி காலம் தாழ்ந்தேனும் மேலேறி வரும் இயக்குநர் கோபி நயினாருக்கு வாழ்த்துகள்; மூடப்படாத ஆழ்துளைக் கிணறுகளில் குழந்தைகள் விழுவது என்ற முக்கியப் பிரச்னையில் அரசை விமர்சிக்கும் ஒரு படத்தைத் தயாரிக்க முன்வந்த நயன்தாராவுக்குப் பாராட்டுகள்.

இதை மசாலாப் படமாக அல்லாமல் யதார்த்தப் படமாகவே அணுகினேன். அந்த அடிப்படையிலேயே என் பார்வையை எழுதுகிறேன். நல்ல ப்ளாட் என்றாலும், படம் ஒட்டுமொத்தமாக எபவ் ஆவரேஜ்தான். காரணம், திரைக்கதை என்றுதான் சொல்ல வேண்டியிருக்கிறது. முதல் இருபது நிமிடங்கள் நம்பிக்கையே இன்றித்தான் நகர்ந்தன. பின் குழந்தை குழியில் விழுந்தது முதல் இடைவேளை வரை படம் பெரும்பாலும் அசத்தல். இரண்டாம் பாதியில் பேரிடர் மீட்புக் குழு வந்து முயன்று தோற்பது வரையிலும்கூடத் தொய்வில்லை. இறுதி அரை மணியில் மாவட்ட ஆட்சியர் செய்யும் முயற்சிகள் முழுக்க உணர்ச்சிகரமாகவே மாறிவிடுவதால் ஒரு நல்ல த்ரில்லராக வந்திருக்க வேண்டிய படம் தடுமாறுகிறது.

பையன் நீச்சலில் சூரன் என்பது போக, மற்ற யாவும் திணிக்கப் பட்டது அல்லவா! அந்தக் கிராமத்துக்குத் தண்ணீர் பஞ்சம்

என்பதும், அதற்கு தண்ணீர் பாட்டில் நிறுவனங்கள் காரணம் என்பதும், அதனால் சிறுவனுக்கு காது கேளாமை ஏற்படுகிறது என்பதும் படத்துக்கு எந்த வகையில் தேவையானவை? (தண்ணீர் பஞ்சம் என்பதால்தான் ஆழ்குழாயில் தண்ணீர் வரவில்லை, மூடாமல் வைத்திருந்தார்கள் என்று சொன்னால் சிரிப்பேன்). படம் எங்கெல்லாம் அரசியல் பேச முயன்றதோ, அங்கே யெல்லாம் துருத்திக்கொண்டு நிற்கிறது. காரணம், அவை எல்லா இடங்களும் செயற்கையாகப்பட்டன.

படம் நெடுக வரும், படத்தின் மையக் கருத்தை முன்வைக்கும் கிட்டியும் நயன்தாராவும் பேசிக்கொள்ளும் வசனங்கள் இயற்கை யாகவே இல்லை. அதை இன்னும் கூர்மையாக, அதே சமயம் யதார்த்தமாக அமைத்திருக்க முடியும் என நம்புகிறேன். இப்போது அது 'மக்களுக்காக, மக்களுக்காக' என்று ஓர் அரசு அதிகாரி பேசும் செயற்கையான பஞ்ச் டயலாக்களாகவே எஞ்சுகின்றன. இந்த இடத்தில் 'குருதிப்புனலி'ல் கமலும் நாசரும் பேசிக்கொள்ளும் பல காட்சிகள் நினைவுக்கு வந்து தொலைக்கின்றன. அதற்கு இணையாக வந்திருக்க வேண்டியவை இவை. போலவே நயன்தாரா மக்களைச்சமாதானப்படுத்தும் காட்சிகள் (தண்ணீர் கேட்டுப் போராட்டம், போலீஸ் கல்வீச்சுக்குப் பின்), ஊடகங்களைச் சமாதனப்படுத்தும் காட்சிகள் எதிலுமே உயிர்ப்பும் தர்க்கமும் இல்லை. 'என் பிள்ளையை எடுத்துக்கொள்' என்று பெண்கள் எல்லோரும் முன்வரும் காட்சியில் மயிர்க் கூச்செரியவைக்கும் முயற்சியில் சிரிப்பு வந்துவிடுவது அசம்பாவிதம்தான்.

நயன்தாரா பதவியை ராஜினாமா செய்துவிட்டு சட்டமன்ற உறுப்பினர் ஆவதுபோல் காட்டுவதும் ஒரு மிகைதான்.

நியூஸ் 18 விவாதத்தைக் காட்டுவது எல்லாம் சரிதான். ஆனால், அதை இத்தனை நீளமாக இடம்பெறச் செய்யும்போது ஆவணத் தன்மை வந்து சேர்ந்துவிடுகிறது. இத்தனைக்கும் அவை எல்லாமே கருத்தாழம் மிக்க வாதங்கள் என்றும் சொல்லிவிட முடியாது. (அதிலும் அ.முத்துகிருஷ்ணன் பேச்சு வார்த்தைஜாலமாகவே இருந்ததாகப்பட்டது.)

கவுன்சிலர் கைது எப்படி என்றெல்லாம் காட்டப்படவில்லை. அதற்கு முன்னர் அது கூடாது என மிரட்டும் எம்.எல்.ஏ அதற்கடுத்த

காட்சியில் அது பற்றி ஒரு வார்த்தையும் பேசாமல், 'சிறுவனைக் குழிக்குள் இறக்கக் கூடாது' என்று மட்டும் சொல்கிறார்.

நயன்தாராவின் நடிப்பு எனக்கு எப்போதும் ஒரே மாதிரிதான் இருப்பதுபோல் தோன்றும். இதிலும் நயக்க ஏதுமில்லை.

படம் பேசும் அரசியல்தான் என்ன? அரசு அதிகாரிகள் சுதந்திரமாகச் செயல்பட முடிவதில்லை; நகர மக்களின் உயிரளவு கிராம மக்களின் உயிர் மதிக்கப்படுவதில்லை. அடிப்படையான மக்கள் பிரச்னைகளைக்கு அரசு காசு செலவு செய்வதில்லை. அரசு அதிகாரிகள் பெரும்பாலானோர் அலட்சியம் மிக்கவர்கள். தண்ணீரை சர்வதேச கார்ப்பரேட் நிறுவனங்கள் உறிஞ்சுகின்றன. இவை எல்லாமே பேசப்படவேண்டிய விஷயங்களே. அதுவும் Democracy is not merely a form of Government... It is essentially an attitude of respect and reverence towards fellowmen... என்றெல்லாம் அம்பேத்கரின் *Annihilation of Caste* நூலின் வரிகளை மேற்கோள் காட்டிப் பேசும் ஓர் அழகான கம்பீரமான இளம் பெண் மாவட்ட ஆட்சியரைப் பார்த்தால் மெய்யோடு சேர்ந்து மனமும் சிலிர்க்கத்தான் செய்கிறது. 'மெர்சல்' போன்ற படங்கள் போகிறபோக்கில் பேசிய ஓரிரு வரிகளைப் பேசாமல், இந்தப் படம் ஆன்மசுத்தியோடு அரசியல் பேச முயன்றிருப்பது நம் வணக்கத்துக்குரியதே.

என்வரையில் இறுதியில் படம் வைக்கும் தீர்வு ஆபத்தானதே. 'மக்கள் பிரச்னைகளுக்கு அரசு உதவாது' என்று சொல்ல வருவது போல் இருக்கிறது. அதாவது, மக்களேதான் அவர்களின் பிரச்னை களைத் தீர்த்துக்கொள்ள வேண்டும். அப்படி அவர்கள் முனையும் போது அரசு அதிகாரிகள் அதைத் தடுக்கக் கூடாது அல்லது ஊக்குவிக்க வேண்டும் என்ற தொனி. மிக எதிர்மறையான பரப்புரை இது. அதை ஒரு நக்சல் மனோபாவம் என்றே பார்க்கிறேன். மக்களே சட்டத்தைக் கையிலெடுப்பதுதான் ஜனநாயகமா என்ன? அதை ஓர் அரைகுறை அரசியல் பாடமாகவே எடுத்துக்கொள்ள வேண்டியிருக்கிறது.

மாறாக, பெரும்பாலான அரசு அதிகாரிகள் திறமையற்றவர்களாக அல்லது பொறுப்பற்றவர்களாக இருக்கும்போது ஓர் அரசு அதிகாரி தன் திறமையால், அர்ப்பணிப்பால் மீட்கிறாள் (உதாரண மாக, அந்த ரோபோ ஆளை வரவழைத்து அவரது கருவியைப்

பயன்படுத்த வைத்தல் அல்லது வேறு கிரியேட்டிவ் மார்க்கங்கள் ஏதேனும்) என்பது மாதிரி இருந்திருந்தால் சரியாக இருந்திருக்கும் எனத் தோன்றுகிறது. அப்படியான அதிகாரிகள் இன்றைய தேதியிலும் இருக்கத்தான் செய்கின்றனர்.

'விண்வெளி ராக்கெட்டுக்கு பல கோடிகள் செலவு செய்யும் அரசு, மக்களின் தேவைகளைக் கண்டுகொள்வதில்லை' என்றும் சொல்லப்பட்டிருக்கிறது. ராக்கெட்டை இழுக்காமலேயே இதைச் சொல்லலாம் என்றே நினைக்கிறேன். செயற்கை கோள்கள் கிராம மக்களுக்குப் பயன்படும் வகையில் செயல் படுத்தப்படுவதில்லை என்றொரு விமர்சனமும் படத்தில் இருக்கிறது. (அது உண்மை எனும்பட்சத்தில் களையப்பட வேண்டியதே.) அதை நிறுத்தித்தான் மக்கள் பிரச்னைகள் சரி செய்யப்பட வேண்டும் என்ற நிலையில் இந்தியா இல்லை. மக்கள் பிரச்னைகள் கவனிக்கப்படவில்லை என்பது அரசியல் பிரச்னை. அரசு எடுக்கும் கொள்கை முடிவுகளின் பிரச்னை. அது தாண்டி அதிகாரிகளின் அலட்சியம் சம்பந்தப்பட்டது. லஞ்சம் மற்றும் ஊழலோடு நெருங்கிய தொடர்புடையது. இன்னும் இன்னும் இறங்கினால் மக்கள் வாக்குரிமையைச் சரியாகப் பயன்படுத்துவதில்லை என்ற இடத்தில் வந்து நிற்கும். அனைத்து மட்டங்களிலும் சரிசெய்யப்படவேண்டிய விஷயம். அதை யெல்லாம் தாண்டி மிக எலிமென்டரியாக அரசியலையும் அறிவியலையும் குழப்பிக்கொள்ள வேண்டியதில்லை.

இவற்றைச் சரிசெய்திருந்தால், 'இந்தியன் பனோரமா'வில் ஆஸ்கர் விருதுக்குக்கூட இந்தப் படம் அனுப்பப்பட்டிருக்கக் கூடும்.

எடுத்துக்கொண்ட கரு, பிடிவாதமும் புத்திசாலித்தனமும் மனித நேயமும் கொண்ட மாவட்ட ஆட்சியர் பாத்திரம், பல்வேறு அரசு அதிகாரிகள் குறித்த யதார்த்தமான சித்தரிப்பு, ராக்கெட்விடுவது எதற்கு என்றே தெரியாத கிராம மக்கள், ஆனாலும் நாட்டுக்குப் பெருமை என்பதால் மிட்டாய் கொடுப்போம் என்று சொல்லும் பெண், க்ளைமேக்ஸில் எல்லாம் முடிந்த பின்னர் ராக்கெட் சீறிப் பாயும் காட்சி, கபடி கபடி ரொமான்ஸ் காட்சி, குழந்தையை மீட்க முயலும் முற்பாதிக் காட்சிகளின் நம்பகத்தன்மை, வேல.ராமமூர்த்தியின் நடிப்பு, குழந்தைகளின் தாய் - தந்தையாக நடித்திருக்கும் ராமச்சந்திரன் துரைராஜ், சுனுலக்ஷ்மியின்

உணர்ச்சிகரம் எனப் பாராட்ட பல விஷயங்கள் படத்தில் உண்டு என்பதையும் குறிப்பிட விரும்புகிறேன்.

நிச்சயம் அனைவரும் பார்க்கவேண்டிய படம் என்பதில் சந்தேக மில்லை. ஆனால், ஒரு கலைப்படைப்பாக இந்தப் படம் அதற்குரிய இடத்தில் மட்டும் வைத்துப் பார்க்கப்பட வேண்டும் என விரும்புகிறேன். மீண்டெழும் இயக்குநரை வரவேற்கும் உணர்ச்சிவயத்தில் கூடுதல் மதிப்பெண் வழங்கத் தேவையில்லை. அதுதான் அவருக்கும் உதவிகரமாக இருக்கும்.

(11, நவம்பர் 2017)

30

உணர்வைச் சுரண்டும் கலை (அருவி)

அருண் பிரபு புருஷோத்தமன் என்ற அறிமுக இயக்குநரின் திரைப்படம் 'அருவி.' மிகச் சிக்கலான, அதே சமயம் மிக மலினமான வெற்றிச்சூத்திர மாயைகள் நிரம்பிய தமிழ்த் திரைப்பட உலகில் இப்படி ஓர் உள்ளடக்கம் வெல்லும் என்று நம்பிக்கையுடன் களம் புகுந்திருக்கும் அவரை முதலில் எந்த Ifs and buts-ம் இன்றி அணைத்துக்கொள்ளலாம்.

Asmaa என்ற எகிப்தில் எடுக்கப்பட்ட, அரேபிய மொழித் திரைப்படத்தைத் தழுவியே அருவி எடுக்கப்பட்டது என்ற வாதப் பிரதிவாதங்களுக்குள் போக விரும்பவில்லை. அதைத் தாண்டி இரண்டு விஷயங்களை எடுத்துக்கொண்டு பேச நினைக்கிறேன். ஒன்று, திரைப்படம் பற்றியது; மற்றது நம் திரைப்படப் பார்வை யாளர்கள் பற்றியது.

முன்பொரு காலத்தில் - சுமார் இருபதாண்டுகளுக்கு முன்னர் - இந்தியாவில் எய்ட்ஸ் பற்றிப் படைப்பில் பேசுவது என்பது முற்போக்காக, சமூக அவசியமாக இருந்தது. நிறைய எழுத்துகளும், படங்களும், தொலைக்காட்சி நிகழ்ச்சிகளும் அது பற்றி வந்தன. (ஒரு நகைச்சுவைத் துணுக்கு நன்றாக நினைவில் உள்ளது: சவரக்கத்தி மூலம் எய்ட்ஸ் பரவும் என்பதால், அதற்கு ஆணுறை போட்டு சவரம் செய்வார் ஒரு சவரத் தொழிலாளி.) 'அருவி'யும் அப்போது வந்திருக்கவேண்டிய விழிப்புணர்வுப்

படம். இன்று எய்ட்ஸ் நோய் பற்றிய விழிப்புணர்வு மற்றும் நோயாளிகளை ஒதுக்கிவைக்கும் மனப்பான்மை அந்த அளவுக்கு மோசமானதாக இருக்கிறதா என்று எனக்குத் தெரியவில்லை. கொஞ்ச காலம் முன்னர் எய்ட்ஸ் பற்றி வந்த 'மிருகம்' படம்கூட வரலாற்றுப் பதிவுதான். அதனால் இன்றையத் தேதியில் இந்தப் படத்தின் பொருத்தப்பாடு மற்றும் அவசியம் பற்றியே கேள்வி எழுகிறது.

'அருவி' திரைப்படம் எதைப் பேசுகிறது? இந்தக் கேள்விக்கு ஒற்றைப் பதிலைச் சொல்வது சற்று சிரமமான விஷயம் என நினைக்கிறேன். என் பார்வையில் 'அருவி' மூன்று விஷயங்களைப் பற்றிப் பேசுகிறது: 1) குடும்பம் முதல் சமூகம்வரை எல்லோராலும் எய்ட்ஸ் நோயாளிகள் தர்க்கமே இன்றி ஒதுக்கப் படுகிறார்கள். 2) 'சொல்வதெல்லாம் உண்மை' போன்ற தொலைக்காட்சி நிகழ்ச்சிகள் டிஆர்பிக்-காக மனசாட்சியே இன்றி சாதாரண மனிதர்களின் உணர்வுகளில், உறவுகளில், வாழ்க்கையில் மிக மோசமாக விளையாடுபவை. 3) பெண்களின் பலவீனங்களை, இக்கட்டான சூழல்களைப் பயன்படுத்தி ஆண்கள் அவர்களைப் பாலியல்ரீதியாகச் சுரண்டுகிறார்கள். முதலாவதைச் சொல்வதற்காகத்தான் மற்ற இரண்டையும் நுழைத்திருக்கிறார்கள் எனப் புரிந்தாலும் அவை அந்த கிளைத் தேவை என்பதைத் தாண்டி பிரதான விஷயமாகவே படத்துள் நுழைந்துவிட்டன. இதன் காரணமாக படத்தின் திரைக்கதை எங்கெங்கோ அலைபாய்கிறது. ரசிப்புக்குத் தடையாகிறது. படத்தின் முக்கிய பலவீனம் அதுவே.

அடுத்து 'அருவி' என்ன மாதிரியான படம்? பெரும்பாலும் 'அருவி'யை ஒரு சீரியஸ் படமாகவே கட்டமைக்க முயல்கிறார்கள் - படத்துக்கு உள்ளேயும் சரி, வெளியேயும் சரி. ஆனால், அதை அப்படியே ஏற்பதில் சில சிரமங்கள் இருக்கின்றன. உதாரணமாக, 'சொல்வதெல்லாம் சத்தியம்' என்ற தொலைக்காட்சி நிகழ்ச்சி தொடர்பான காட்சிகள் சற்றே நகைச்சுவையானவை. 'அருவி' அந்த நிகழ்ச்சியின் மொத்த அங்கத்தினரையும் - சுமார் இருபது பேர் இருப்பார்கள் - ஒற்றை ஆளாகத் துப்பாக்கி முனையில் வைப்பதும், போலீஸ் உடனே எந்தத் தர்க்கமும் இன்றி அல்க்வைதாவோ மாவோயிஸ்டோ என எண்ணி பட்டாலியனை இறக்கும் காட்சிகள் அபத்தமானவை. க்ளைமேக்ஸில் நம் இரக்கத்தைச் சுரண்டி எடுக்கும் முயற்சியிலான காட்சிகள் மறுபடி படத்தைச் சீரியஸ் ஆக்குகின்றன. ஆனால், இப்படி மாற்றி மாற்றி, என்ன மாதிரி படத்தைப் பார்த்துக்கொண்டிருக்கிறோம் என்றே பார்வையாளனை உணரவிடாமல் குழப்புகிறார்கள்.

முதலில் அருவியின் கதாபாத்திரத்தைப் பார்ப்போம். அவர் மிகச் சராசரியான ஒரு நடுத்தரவர்க்கப் பெண்ணாகவே காட்டப் படுகிறார். ஒரு தேவதையாக அல்ல. அந்த மிகையற்ற யதார்த்தம் வசீகரமானதாக இருக்கிறது. தந்தையால் பேரன்பு போர்த்தி வளர்க்கப்படும், குடும்பத்தின் மீது ஒட்டுதலுடனிருக்கும், அவரது பணிநிமித்தம் இடம் மாறும், பக்கத்து வீட்டில் பாரம்பர்ய நடனம் கற்றுக்கொள்ளும், பள்ளியில் சுமார் மாணவியாக இருக்கும், நடுத்தர வயது ஆண் ஆசிரியரால் ஆங்காங்கே கை வைக்கப்படும், சானிடரி நாப்கின் கடன் கேட்கும் தோழியிடம் மறுக்கும், பார்ட்டியில் குறுகுறுப்புடன் கலந்துகொள்ளும், அங்கே மெல்லிய தயக்கத்துடன் மது ருசிக்கும், தன்னைக் காதலிப்பவனை நிராகரிக்கும், தான் காதலிப்பவனால் நிராகரிக்கப்படும், எந்தக் கவித்துவமும் இன்றி மிகச் சாதாரணமாக - அதை மிக எளிமையாக என்ற சொல்லாலும் அலங்கரிக்கலாம் - ஒரு ப்ரப்போசலை எதிர்பார்க்கும் சாதாரணள்!

படத்தில் முதல் இருபது நிமிடங்களில் வரும் இந்தக் காட்சிகளின் ஆக்கம், அதாவது காட்சியமைப்பு, நடிப்பு, ஒளிப்பதிவு, பின்னணி இசை மற்றும் படத்தொகுப்பு ஐந்தும் மிகச் சிறப்பாக வந்துள்ளன. (குறிப்பாகப் பின்னணி இசை Birdman-ஐ நினைவூட்டியது.) இந்தப் படம் பற்றிய மிகையான ஓர் எதிர்பார்ப்பை இது தோற்று வித்துவிடுகிறது.

பின் ஒழுக்கத்தைக் குற்றஞ்சொல்லி வீட்டைவிட்டு வெளியேற்றப்படுகிறாள் அருவி. இதிலிருந்துதான் படம் தாறுமாறாய்த் தடம் புரள்கிறது. (இடையில் ஒரே சுவாரஸ்ய விஷயம், முதலில் அருவி கர்ப்பவதி என்பதுபோல் காட்டி, அதனால்தான் வீட்டைவிட்டு வெளியேற்றப்படுகிறாள் என்பது போல் சொல்லப்பட்டுப் பின்னர் உண்மையில் அது எய்ட்ஸ் நோய் என்ற விஷயத்தை விடுவித்ததுதான்.) ஏகப்பட்ட கேள்விகளைத் தோற்றுவித்துக்கொண்டே போகிறது படம். ஆனால், எவற்றுக்கும் பதில் இல்லை.

•

1) மகளின் மீது மிகப் பாசம் கொண்ட ஒரு தந்தை, அவளது எய்ட்ஸ் நோய்க்குக் காரணம் ஒழுக்கமின்மையே என்று பூரணமாக நம்புவது உறுத்தல்தான். அன்புமிக்க, ஆனால் பொது அறிவற்ற ஒரு போன தலைமுறைக்காரர் என்று

அவரைப் புரிந்துகொள்கிறேன். அப்படி இருந்தாலும், பெண்ணின் தரப்பை முழுக்கக் கேட்க முனையும் முயற்சிகூட அந்தப் பாசத்தில் இல்லாமலா போகும்? அவள் தாயுமா விசாரணையே இன்றி ஓர் இளம் பெண்ணை வீட்டைவிட்டு விரட்டத் துணை நிற்பார்? அருவியின் பெற்றோர் பாத்திரங்களை இந்த விஷயத்தில் பதின்ம வயதுடைய அவளது தம்பியின் கதாபாத்திரத்தின் அறிவோடே படைத்து வைத்திருக்கிறார் இயக்குநர். ஆனால், அதன் நோக்கம் அவர்களை அப்படிக் கெட்டவர்கள் ஆக்கினால்தான் நாயகி அருவியின் போராட்டம் உயர்வு பெறும் என்பதைத் தவிர வேறு இருப்பதாகத் தெரியவில்லை.

2) வீட்டைவிட்டு வெளியேறும் முன்னர், தான் மிக ஒழுக்கம் மிக்கவள் என்பதை நம்புங்கள் எனத் திரும்பத் திரும்பத் தன் குடும்பத்தாரிடம் மன்றாடுகிறாள் அருவி. இதுதான் அவளது பாத்திர வார்ப்பு என்பதாகப் பார்வையாளன் மனம் எடுத்துக் கொள்கிறது. ஆனால், வீட்டைவிட்டு வெளியேறிய பின்னர் மூன்று ஆண்களுடன் உடலுறவு வைத்துக்கொள்கிறாள் அருவி. அது கடும் முரணாகத் தோன்றுகிறது. ஒழுக்கமான ஒரு பெண்ணை ஒழுக்கமற்றவள் என்று நினைத்து வீட்டை விட்டுத் துரத்துவதால், உண்மையாகவே அவள் ஒழுக்கம் கெட்டுப் போகிறாள் என்பதுதான் இயக்குநர் சொல்ல வருவதா? (இங்கே ஒழுக்கம் என்று குறிப்பிடுவது சமூகத்தின் பார்வையிலான ஒழுக்கம். என் அளவுகோல் அல்ல.) அப்படி எனில், அது மேலும் கேள்விகளை எழுப்புகிறது. வீட்டை விட்டு வெளியேறிய குறுகிய காலத்தில் அருவி மூன்று ஆண்களிடம் 'பலியாக' முடிகிறது என்றால், அதற்கு முன் அவள் 'ஒழுக்கமாக' இருந்தது வீட்டின் கட்டுப்பாடுகளினால் மட்டும்தானா? எனில், அவள் தான் தவறு செய்யவில்லை என்று வீட்டாரிடம் மன்றாடுவதன் வலு சரிந்து போய் விடுகிறதே!

3) அருவி மூன்று பேரால் ஏமாற்றப்பட்டதாகவும் அதற்காக அவர்கள் மன்னிப்புக் கேட்க வேண்டும் என்றும் சொல்கிறாள். அது என்ன ஏமாற்று? வீட்டைவிட்டு வெளியேறியதால், தோழியின் வீட்டில் தங்க நேரும்போது தோழியின் தந்தை அவளோடு உறவு கொள்கிறார். இதில் அருவி மறுக்கவும், எதிர்க்கவும் எல்லாச் சந்தர்ப்பங்களும் உண்டு. ஆனாலும் அவள் செய்யவில்லை என்பதைக் கலவியின் மீதான

விருப்பம், மது போதை, தோழியின் தந்தை என்ற பயம், சங்கடம், குழப்பம் அல்லது நன்றி என எப்படி வேண்டுமாலும் எடுத்துக்கொள்ளலாம். அதை வல்லுறவு என்று ஏன் சொல்ல முடியவில்லை என்றால், அவருக்கு எய்ட்ஸ் தொற்றிவிடலாகா என்று 'பாதுகாப்பாகவும்' இருந்திருக்கிறாள். ஆக, ஓரெல்லை வரை அந்தக் கலவி அவள் பிரக்ஞையுடன், சம்மதத்துடன் நிகழ்ந்த ஒன்றுதான். அதன் பின்னர் அவள் அவரிடம் என்ன எதிர்பார்த்திருக்க முடியும்? திருமணமா? நஷ்ட ஈடா? இவை ஏதும் இல்லை என அவள் பாத்திர வார்ப்பு சார்ந்து புரிந்துகொள்கிறேன். எனில், அது எப்படி அவர் ஏமாற்றியது என்றானது? அடுத்து கோயில் உபன்யாசம் செய்பவர் கதையும் அதே போன்றது தான். அவரும் அவளை வன்கலவி செய்யவில்லை. அது ஒரு சிகிச்சை என்பதை நம்பி ஏமாறுமளவு அருவி முட்டாள் என்பதையும் ஏற்க முடியவில்லை. ஆக, அங்கும் இணக்கமான ஓர் உறவே நிகழ்ந்திருக்கிறது. அங்கும் அதன் பிறகு எதிர்பார்க்க ஏதுமில்லை. எனில் எப்படி ஏமாற்று? மூன்றாவது நிறுவன முதலாளி. அருவியின் தந்தையின் மருத்துவச் செலவுக்கு லட்ச ரூபாய் உதவி செய்வதற்குப் பிரதிபலனாக அருவியுடன் உறவுகொள்கிறார். அதுவும் அவரது ப்ரப்போசல்தான். அவளை வல்லுறவு செய்துவிட்டு லட்ச ரூபாயைத் தூக்கி எறியவில்லை. 'பணம் வேண்டு மானால் உறவு கொள்' என்று கார்னர் செய்கிறார். அருவி முன் இரண்டு வாய்ப்புகள் அங்கும் இருந்தன: ஏற்பது, மறுப்பது. அருவி ஏற்கிறாள். பணத்தையும் வாங்குகிறாள். எனில், அதிலும் ஏமாற்று எங்கே வந்தது? அது ஒரு வியாபாரம் தானே? புதுமைப்பித்தனின் 'பொன்னகரம்' நாயகி அம்மாளு செய்வதைப் போன்றதுதானே? முதலாளி அருவியின் இக்கட்டைப் பயன்படுத்திக்கொண்டு அவளைப் பாலியல் ரீதியாகப் பயன்படுத்தினான் என வேண்டுமானால் சொல்லலாமே ஒழிய, அவளை ஏமாற்றிவிட்டான் என்பது என்ன தர்க்கம் என்றே புரியவில்லை.

4) ஆக, ஏமாற்றவேபடாத ஒருத்தி தன்னை ஏமாற்றிவிட்டார்கள் என்று சொல்லி மூவரையும் அந்தத் தொலைக்காட்சி நிகழ்ச்சிக்கு அழைக்கிறாள். அதுவும் எதற்கு? அவர்களை அம்பலப்படுத்தி எதிர்காலத்தில் அவள் மாதிரி எவரும் பலியாகிவிடக் கூடாது என்ற விழிப்புணர்வுக்கு அல்ல.

(ஏனெனில், கோயில் உபன்யாசர் விஷயம் தவிர மற்ற கேஸ்களில் பொதுமக்கள் விழிப்புணர்வுக்கும் ஏதுமில்லை.) அவர்களை அழைப்பது மன்னிப்பு கேட்கச் செய்ய. இந்த இடத்தில் சுஜாதாவின் 'இருள் வரும் நேரம்' மற்றும் அதைத் தழுவி எடுக்கப்பட்ட 'வானம் வசப்படும்' படங்கள் நினைவில் வருகின்றன. அதில் பாலியல் வல்லுறவாக்கப்பட்ட பெண் பிடிபட்ட குற்றவாளிகளைச் சிறையில் சந்திக்கும்போது மன்னிப்புக் கேட்கச் சொல்வாள். Poetic Justice! ஆனால், அங்கே ஒரு குற்றம் தெளிவாக இருக்கிறது. இங்கே அது அந்தரத்தில் தொங்குகிறது. அதனால் அருவியின் சிந்தனைத் தடம் என்ன என்பதே குழப்பமாக இருக்கிறது.

5) அடுத்தது, 'சொல்வதெல்லாம் சத்தியம்' காட்சிகள். நிச்சயம் நல்ல பகடி. ரசிக்க முடிகிறது. ஆனால், அதற்கும் இந்தப் படத்துக்கும் என்ன சம்மந்தம்? இது எய்ட்ஸ் நோயாளிகள் ஒதுக்கப்படுவது பற்றிய படமல்லவா? எந்தவொரு பிரதியும் போகிற போக்கில் தன் மைய நோக்கத்துக்குச் சம்பந்த மில்லாத ஒரு விஷயத்தைக் கேலி செய்து நகரலாம், தவறில்லை. ஆனால் அதைப் படைப்பின் பிரதானப் பகுதிகளுள் ஒன்றாக ஆக்கும்போது பார்வையாளனுக்கு / வாசகனுக்குக் குழப்பம் வந்துவிடும். அதுதான் 'அருவி'யிலும் நடக்கிறது. அந்தக் காட்சிகள் வந்ததும் பார்வையாளன் அதுவரை தான் தயாராகியிருந்த mood-லிருந்து பிடிவாதமாகப் பிடுங்கி வெளியே எடுக்கப்படுகிறான். அதனால் அதை ஏற்க முடியவில்லை. சமீபத்தில், 'தீரன் அதிகாரம் ஒன்று' படத்தில் வந்த ரொமான்ஸ் காட்சிகள் போலத்தான் இதுவும். அதனளவில் சுவாரஸ்யம் கொண்டவை என்றாலும், படத்துக்கு அது எந்த அளவில் தேவை என்ற பிரச்னைதான் இது. அல்லது ஒரு பின்நவீனப் பிரதியில் அப்படியான கட்டுக்கோப்பு அவசிய மில்லை என்று ஜல்லியடிப்பதாக இருந்தால் மேலே பேச ஒன்றுமில்லை.

6) அதேபோல்தான் டி.வி நிகழ்ச்சியில் அருவி பேசும் நீளமான வசனமும். அதில் நாயகியின் நடிப்பும் வசன உச்சரிப்பும் அபாரம்தான். ஆனால், அதற்கும் படத்துக்கும் என்ன தொடர்பு? அதை வியந்து பாராட்டுபவர்களை, வாட்ஸ்அப்பில் உணர்ச்சிகரமாகப் பகிர்பவர்களைக் காண்கையில் 'பாட்ஷா' படக் கடைசி ரீலை குரங்கு தூக்கி ஓடியதும், 'அருணாச்சலம்' க்ளைமேக்ஸை மாற்றிவைத்து வடிவேலு ஓட்டுவதற்குக்

கைதட்டிப் போகிறவர்கள்தான் நினைவுக்கு வருகிறார்கள். எய்ட்ஸ் வந்ததால் ஒருவருக்கு இந்த மாதிரி ஞானோதயம் எல்லாம் வந்துவிடும் என்கிறாரா இயக்குநர்? சம்பந்தமே இன்றி நுகர்வுக் கலாசாரத்தை ஏன் திட்ட வேண்டும் இதில்? அஃது இல்லையென்றால் அருவி போன்ற ஹெச்.ஐ.வி-காரர்கள் சரியாக எதிர்கொள்ளப்பட்டிருப்பார்களா? அவர் சொல்வது மாதிரியான 'சராசரி' வாழ்வை மேற்கொள்வது அவ்வளவு பெரிய குற்றமா என்ன? அவர்கள் தம் வேலைகளில் என்ன சாதிக்கிறார்கள் என்பதுதானே முக்கியமானது! எல்லாக் காலங்களிலும் Peer Pressure ஒன்று இருந்துகொண்டேதான் இருக்கிறது. அது நமக்கு மட்டுமல்ல; அமெரிக்கா முதலான முன்னேறிய நாடுகளிலும் அதேதான் நிலை. அது அபத்தம் என்று தோன்றுகிறவன் அதிலிருந்து வெளியேறலாம். ஆனால், கேவலமான வாழ்வு என்று அதைக் கேலி செய்வது கலைஞர்களின் ஒருவிதமான எலைட் கிறுக்குத்தனம்தான் அல்லவா! 'அறை என் 305ல் கடவுள்' படம் அபத்தமாகச் செய்ததைத்தானே இந்தப் படம் இன்னும் கவித்துவத்துடன் செய்கிறது? அருவி பட்டியலிட்ட விஷயங்களைச் செய்து அபத்த வாழ்க்கை வாழும் மக்களே கைதட்டி அருவியைப் பாராட்டுகிறார்கள். அந்தப் பட்டியலில் 'அருவி' மாதிரியான படங்களைக் கண்டு கண்ணீர்மல்க நின்று கைதட்டுவதையும் சேர்க்க வேண்டும்!

7) அடுத்து தொலைக்காட்சி நிகழ்ச்சியின் மொத்தப் பேரையும் ஒற்றைத் துப்பாக்கி கொண்டு சில மணி நேரங்கள் ஒரு பெண் ஆட்டுவிப்பது. (அந்தத் துப்பாக்கியில் மொத்தம் எத்தனை குண்டுகள்தான் இருக்கும்? அருவியின் தாத்தா அதை முழுக்க லோட் பண்ணி வைத்துவிட்டுச் செத்துப் போனாரா?) படத்தின் மிக மோசமான இடம் அதுதான். அதில் இயக்குநர் என்ன சொல்ல வருகிறார் என்றே புரியவில்லை. மனிதர் களுடன் பேச, பழக அவள் ஏங்கிக் கிடக்கிறாள் என்றா? தொலைக்காட்சிப் படப்பிடிப்புக்கு அன்று அருவி வந்ததன் நோக்கம் என்ன? மூன்று பேரை மன்னிப்புக் கேட்கச் செய்வதா? எனில் எதற்குத் துப்பாக்கி எடுத்து வந்தாள்? அருவி பாதுகாப்பின் நிமித்தம் நகரில் எப்போதும் துப்பாக்கியுடனே அலைபவளா? அப்படியே வைத்துக்கொண்டாலும், கோபத்தின் கணத்தில் நிகழ்ச்சி இயக்குநரைச் சுடுவது வரை புரிகிறது. பின்னர் அந்த இடத்தைவிட்டு ஓடுவதே இயல்பு. மாறாகப்

பொறுமையாக ஏன் எல்லோரின் செல்பேசிகளையும் சேகரித்துக்கொண்டிருக்கிறாள்? அதைவிடக் கொடூரம் அலுவலக முதலாளியைத் தன்னை அழவைக்கும் ஒரு கதை சொல் எனக் கேட்பது. அருவி ஒரு பைத்தியமா பார்த்துக் கொண்டிருக்கும் நாமா என்று சந்தேகம் வந்துவிடுகிறது.

8) ஸ்டூடியோவுக்குள் அருவி படப்பிடிப்புக் குழுவினரைக் கூட்டிவைத்து, பீர் பாட்டில் சுற்றிவிட்டு விளையாடிக் கொண்டிருப்பது ஒரு மாதிரியான மண்டைப் பிளவு எனில், அதற்கு வெளியே காவல் துறையும் ஊடகங்களும் செய்யும் கோமாளித்தனம் வேறு மாதிரியானவை. நாலைந்து துப்பாக்கிச் சத்தத்துக்கு நக்ஸல்பாரிகளை ரிமாண்ட் செய்து விசாரிப்பதுபோல் முகத்தை வைத்துக்கொண்டு பேசுகிறார் என்எஸ்ஜியில் பயிற்சி பெற்ற அந்த போலீஸ் உயரதிகாரி. போலீஸிடம் ஏன் அருவி 'கை வைடா பார்ப்போம்' என்றெல்லாம் பஞ்ச் பேசுகிறார்? இவை எல்லாமே எரிச்சலூட்டுபவை.

9) கடைசி இருபது நிமிடங்கள் நம் நெஞ்சைச் சுரண்டி எடுக்கிறார்கள். அந்தக் காட்சிகளில் நாயகியின் நடிப்பு நன்றாக இருக்கிறது என்றாலும், கொஞ்சம் ஓவர்டோஸ் தான். அழ வேண்டும் எனக் கட்டாயப்படுத்துவதுபோல் இருக்கிறது. விஷயத்தை ஆழமாய்ச் சொல்லி, இதயத்தைக் கனக்கச் செய்வது என்பது வேறு. 'சேது', 'பரதேசி' போன்ற படங்களின் இறுதிக் காட்சிகள் கச்சிதமாக அதைச் செய்தவை. அதில் யதார்த்தம் மட்டுமின்றி கலையும் இருந்தது. இதில் யதார்த்தம் மட்டுமே மிஞ்சி ஆவணத்தன்மை புகுந்து விடுகிறது. பிடிவாதமாகப் பார்வையாளன் குற்றவுணர்வு கொண்டே ஆக வேண்டும் என்று முடிவு செய்து இறங்கியது போல் படுகிறது. அருவியைச் சந்திக்க அந்த உதவி இயக்குநன் அவளது குடும்பத்தை அழைத்துச் செல்வது வரை நியாயம். ஆனால், 'சொல்வதெல்லாம் சத்தியம்' குழுவும் அவளை 'ஏமாற்றிய' மூன்று பேரும் எதற்கு?

10) அருவி, தான் அந்த மூன்று நபர்களுடனான உறவின்போதும் பாதுகாப்பாகத்தான் இருந்ததாகச் சொல்கிறாள். அது என்ன எனச் சரியாகப் புரியவில்லை. அவர்களை ஆணுறை அணியச் செய்தாளா? எனில், அந்த உறவில் அவளது சம்மதம் இருந்தது என்பது உறுதிப்படுகிறது. ஏமாற்றிவிட்டதாகக்

குற்றச்சாட்டு வந்ததும், அந்த ஆண்கள் அதைத்தான் முதலில் சொல்லியிருப்பார்கள். அல்லது அருவி தானே பெண்ணுறை அணிந்தாளா? கதைப்படி அலுவலக முதலாளி தவிர மற்ற இருவருடனும் நிகழ்ந்தது எதிர்பாராக் கலவி. அதற்கு எப்படி அவள் தயாராக இருந்திருக்க முடியும்? எனில், தாத்தாவின் துப்பாக்கிபோல் ஆணுறை அல்லது பெண்ணுறையையும் கைப்பையில் சுமந்துகொண்டே சுற்றுகிறாளா அருவி? இந்த இரண்டுமே இல்லை, அவர்களின் விந்தணுவை தனக்குள் பெற்றுக்கொள்ளாமல் தடுத்துவிடுவதன் வழி - அதைப் பெண் கண்டறிந்து தீர்மானிக்க முடியாது என்பது வேறு கதை - அவர்கட்கு எய்ட்ஸ் தொற்றாமல் காக்கிறாள் என்று அவள் (இயக்குநரும்) சொல்கிறாள் எனில் அது விஞ்ஞானரீதியாகத் தவறான புரிதல். அப்படிச் செய்தாலும் எய்ட்ஸ் தொற்றும்.

•

சுமாரான படத்தை எடுக்க அருண் பிரபு புருஷோத்தமனுக்கு அத்தனை உரிமையும் சுதந்திரமும் உண்டு. அதை நான் குறையே சொல்ல மாட்டேன். ஆனால், இந்த மாதிரி குறைகளும் தெளிவின்மையும் நிறைந்த ஒரு படத்தைப் பெருங்காவியம் என எப்படி மக்கள் கொண்டாடுகிறார்கள்? சிந்தனையாளர்கள், படைப்பாளிகள் என்று அழைக்கப்படுவர்கள்கூட விதிவிலக்கில்லை. எல்லோரும் வராது வந்த மாமணி என்றே இந்தப் படத்தைக் கொண்டாடுகிறார்கள். யோசித்துப் பார்த்தால், மூன்று காரணங்கள் தோன்றுகின்றன:

1) பொதுவாகவே திரைப்படம் என்ற கலை குறித்த எதிர்பார்ப்பு நம் மக்களிடையே - அதுவும் இளம் தலைமுறையிடையே - குறைந்துவிட்டது. எம்.ஜி.ஆரும் சிவாஜியும், ரஜினியும் கமலும் கொடுத்து வந்த படங்களின் பத்தில் ஒரு பங்கு தரம்கூட இன்று விஜய், அஜித் படங்களில் இல்லை. ஆனால், அவற்றைக் கேள்வியே இன்றி மக்கள் வெற்றிப்படங்கள் ஆக்குகிறார்கள். இன்று ஒரு படம் மோசமாக இல்லாதிருந்தாலே போதும், ஓடிவிடும். அத்தனை தூரம் மக்களைக் காய்ந்துபோகவைத்து இப்போது காமாசோமாவெனப் படம் எடுத்தாலே காணாததைக் கண்டதைப்போல் புளகாங்கிதப் படுகிறார்கள் மக்கள். 'காக்கா முட்டை', 'விசாரணை', 'அறம்' போன்ற ஓரளவு நல்ல படங்களை க்ளாஸிக் என்று தூக்கி வைத்துத் கொண்டாடப்படக் காரணம் இதுதான்.

2) ஒருபடம் நல்ல விஷயம் ஒன்றைப்பேசிவிட்டால், அதை உயர்த்திப் பிடித்துவிடுவது. நல்ல சினிமாவாக அது வந்திருக்கிறதா என்பது பற்றியக் கவலை இல்லை. எய்ட்ஸ் நோயாளிகள் ஒதுக்கப்படுவது பற்றி எடுத்திருக்கிறார்கள், பெண்கள் ஏமாற்றப்படுவது பற்றி எடுத்திருக்கிறார்கள், சராசரி மனிதர்கள் வாழ்வின் அற்பத்தனம் பற்றி எடுத்திருக் கிறார்கள், இவற்றையெல்லாம் நன்றாக இல்லை என்று சொல்லிவிட முடியுமா என்ன! அதனால் நன்றாக இருக்கிறது என்றே சொல்லிவைக்கிறார்கள். இது பிரக்ஞைப்பூர்வமாக நிகழாமல் ஆழ்மனதிலேயே இப்படி ஓர் அசட்டுத்தனம் ஊறிவிடுகிறது நம் மக்கள் மனதில். இது சமீப பத்து, பதினைந்து ஆண்டுகளில் வந்த விஷயம்தான். சொல்கிற விஷயம் மட்டும்தான் முக்கியம் என்றால் ஆவணப்படம் எடுத்துவிட்டுப் போய்விடலாமே! எதற்கு முழுநீளத் திரைப்படம்? அல்லது ஒரு புத்தகமாக எழுதிவிடலாமே! எதற்கு சக்திவாய்ந்த காட்சி ஊடகம்? 'அன்பே சிவம்' வந்த போது இந்த மாதிரி இருந்திருந்தால் அதையும் ஹிட் செய்திருப்பார்கள்போல!

3) ஓர் உளவியல் விஷயம். இந்தத் தலைமுறை மிக இறுக்கமாக வாழ்கிறது. எந்த ஒரு சாதாரண விஷயத்துக்கும் நெகிழ்ந்தழத் தயாராக இருக்கிறது. காரணம், நிஜ வாழ்வில் அத்தகைய சந்தர்ப்பங்கள் அவர்களுக்கு வாய்ப்பதில்லை. அப்படியான இடங்கள் படத்தில் வருகையில், அவை எவ்வளவு அபத்த மாக, அர்த்தமற்றதாக, தர்க்கமற்றதாக இருந்தாலும் அதைக் கொண்டாடுகிறார்கள். அவர்களின் உச்சபட்ச வெளிப்பாடு என்பதே படங்கள் கண்டு கண்ணீர் சிந்துவது மட்டும்தான் என்றாகிவிட்டது. வாசிப்பே இல்லாத நிலை. உரையாடலே இல்லாத நிலை. சமூக வலைதளங்களில் மூழ்கிப்போன நிலை. இன்னும் சொல்லப்போனால் அந்த இறுக்கமான வாழ்வை ஒரு குற்றவுணர்வுடன்தான் வாழ்கிறார்கள். இந்தப் படங்களைக் கண்டு பாராட்டுவதன் மூலம் தம் கடமையை ஆற்றிவிட்டதாகத் தற்காலிகமாக நிம்மதி கொள்கிறார்கள். ஆக, கலை என்பது கலைக்காக அல்லாமல், அது மனதை எத்தனை தூரம் பாதிக்கிறது என்பதற்காக அல்லாமல், போலி யான நிம்மதியை அளிப்பதனால் கொண்டாடப்படுகிறது. உதாரணமாக 'அருவி' படத்தைப் பார்த்துப் பாராட்டுவதன் மூலமே எய்ட்ஸ் நோயாளிகளுக்குத் தாம் செய்யவேண்டிய

கடமை முடிந்துவிட்டதாக நிம்மதிகொள்கிறார்கள். யோசித்துப் பார்த்தால் இவர்களுக்கும் சீரியல் பார்த்து பதற்றப்படுகிற சராசரிக் குடும்பப் பெண்களுக்கும் அதிகம் வித்தியாசம் இல்லை.

•

'சொல்வதெல்லாம் உண்மை' நிகழ்ச்சியின் மீதும் லக்ஷ்மியின் மீதும் இயக்குநருக்குத் தனிப்பட்ட பகை ஏதும் இருக்குமோ என்று எண்ணுமளவு மிக உள்ளே இறங்கி (கீழேஅல்ல; உள்ளேதான்) அடித்திருக்கிறார். அது மாதிரி விமர்சனங்களுக்குத் தானும் நிகழ்ச்சியும் தகுதியானவர்களே என்பதை லக்ஷ்மி ராமகிருஷ்ணனே தன் பாலக்காடு பிராமின் - ஹெச்.ஐ.வி நோயாளி ஒப்பீட்டின்வழி ஒத்துக்கொண்டிருக்கிறார். 'கவண்' மாதிரியான படத்தில் இந்தக் காட்சிகள் இடம்பெற்றிருந்தால், அழகாக உட்கார்ந்திருக்கும். ஆனால், இங்கே தவறான படத்தில் எழுதப்பட்டு விழலுக்கு இறைத்த நீராகிறது.

மேலோட்டமான ஒரு சினிமா வசனம் தவறாகப் புரிந்துகொள்ளப் பட்டு, ஆபத்தான தகவல் பரவலாக பலரது வாழ்க்கையைப் பாதித்துவிடலாம். படத்தில் வெட்டுக் காயம் இருந்து, அதில் ரத்தம் ஒருவரிடமிருந்து இன்னொருவருக்குப் பரவினால் மட்டுமே எய்ட்ஸ் பரவும், சும்மா உடலுறவுகொண்டால் அல்ல என்பது மாதிரியான ஒரு வசனம் இடம்பெறுகிறது. (உடன் 'இயற்கை அத்தனை இரக்கமற்றது அல்ல' என்று கவித்துவக் கருத்து வேறு.) ஆனால் உண்மையில், எய்ட்ஸ் பரவ உடலுறவில் ரத்தமோ வெட்டுக்காயமோ இருந்தாக வேண்டும் என்று அவசிய மில்லை. கலவியின் போதான உடல் திரவங்களான விந்து, உச்சத்துக்கு முன் ஆண் குறி வெளியேற்றும் திரவம், யோனித் திரவம், ஆசன வாய்த் திரவம், முலைப்பால் என எதுவாக இருந்தாலும் எதிராளியின் உடலுறவு உறப்புகளான ஆண் குறி, யோனி, ஆசன வாய், வாய், மார்புகள் போன்றவற்றில் லேசான கீறல் அல்லது புண் இருந்தாலும் (அது ஏற்கெனவே இருக்க வேண்டும் என்றில்லை, உடலுறவின்போதுகூட உண்டாகலாம். தவிர, சில உள்ளுறுப்புக் காயங்களை சம்பந்தப்பட்டவர் உணராமலேயே இருக்கலாம்.) ஹெச்.ஐ.வி பரவும். ஆனால், படம் பார்ப்பவர்கள் இயற்கையின் இரக்கத்தை நம்பிப் பாதுகாப்பின்றி உடலுறவில் இறங்கிவிடக் கூடாது என்பதுதான் என் கவலை!

எழுத்தாளர்கள், ஊடகக்காரர்கள், சமூக வலைதளங்களில் தீவிரமாக இயங்குபவர்களை படத்தின் ப்ரிவ்யூவுக்கு மிக அதிக

அளவில் அழைத்த படம் இதுவாகவே இருக்கும் என நினைக்கிறேன். மேற்சொன்ன வகைமைகளில் ஏதோ ஒன்றாகக் கருதி படத்தின் இணை இயக்குநர் பாக்கியராஜ் கோதை என்னையும் ப்ரிவ்யூவுக்கு அழைத்திருந்தார். அது சென்னையில் நடந்ததால் 'பிற்பாடு பெங்களூரில் ப்ரிவ்யூ வைத்தாலோ அல்லது படம் இங்கு வெளியான பின்போ பார்த்துவிட்டு என் கருத்தை எழுதுகிறேன்' என்று சொல்லியிருந்தேன். இப்படியான ப்ரிவ்யூக்களிலேயே கணிசமானோர் படத்தைப் பார்த்துவிட்டனர். இதில் ஒரு நன்மையும் உண்டு, எதிர்மறை விளைவும் உண்டு. ஒருபுறம் படம் பற்றி சமூக மற்றும் பிரதான ஊடகங்களில் நல்ல பேச்சு உருவாகும். அது நல்லதே. ஆனால் மறுபுறம் தன்னை மதித்து ப்ரிவ்யூவுக்கு அழைத்ததாலேயே படம் பற்றி எப்படி மோசம் சொல்வது எனச் சங்கடப்பட்டு மேம்போக்காக ஓரிரு குறைகளைச் சுட்டிக்காட்டிவிட்டு படத்தைப் புகழ்ந்து தள்ளி விடுவார்கள். படம் பற்றி நல்ல பேச்சு உருவாக உதவினாலும் இயக்குநருக்கு மோசமான துரோகமே. படைப்பு பற்றிய அசல் கருத்தை அவர் அறிய முடியாமலே போகும். 'அருவி' படத்துக்கு ஓரெல்லைவரை அந்தச் சிக்கல் நடந்திருப்பதாகவே தோன்றுகிறது. ('சச்சின்' விஜய் படத்தில் 'காலேஜ் பியூட்டி அது இதுன்னு ஓவராவே சொல்லிட்டே அய்யாச்சாமி' என்று வடிவேலுவிடம் சொல்வதுதான் நினைவுக்குவருகிறது.)

படத்தின் ட்ரெய்லர் தவறானது என்று ட்ரெய்லருக்கு முன் ப்ரிவ்யூ பார்த்த ஹரன் பிரசன்னா எழுதியிருந்தார். அது மிகச் சரி. நான் ட்ரெய்லர் பார்த்துவிட்டு ஏதோ மாவோயிஸ்ட் படம் என்றுதான் எதிர்பார்த்திருந்தேன். ஆனால், படம் முற்றிலும் வேறு விஷயம். அது ஒருவிதமான ஏமாற்று வேலை என்றுகூடச் சொல்வேன்.

நாயகி அதிதி பாலன் மிகச் சிறப்பாக நடித்திருக்கிறார். தேசிய விருது பெற்றாலும் ஆச்சர்யமில்லை. திருநங்கை அஞ்சலி வரதனும் இணையாக நடித்திருக்கிறார். லக்ஷ்மி கோபால்ஸ்வாமி, கவிதா பாரதி உள்ளிட்ட 'சொல்வதெல்லாம் சத்தியம்' நிகழ்ச்சிக் குழுவினர், அருவியின் குடும்பத்தார், அருவியை ஏமாற்றிய மூவர் என எல்லோரும் நல்ல பங்களிப்பு. படத்தின் நேர்த்திக்கு இது ஒரு முக்கியக் காரணம்.

இந்தப் படத்தின் ஒளிப்பதிவு (ஷெல்லி) மிகத் தரமாக அமைந்திருக்கிறது. பின்னணி இசையும் பாடல்களும் (பிந்து மாலினி மற்றும் வேதாந்த் பரத்வாஜ்) ரசிக்கத்தக்க வித்தியாசமான

முயற்சி. திரைக்கதை ஆசிரியராகப் பல இடங்களில் தவறினாலும், இயக்குநராக வலுவான ஆளுமையாக முன் நிற்கிறார் அருண் பிரபு புருஷோத்தமன்.

'எமிலி எப்போதும் எனக்கு என்ன வேண்டும் எனக் கேட்டுக் கேட்டுச் செய்வாள், நான் எமிலியிடம் கேட்டதே இல்லை' என்பது போன்ற படத்துடன் நம்மை நெருக்கமாக இணைத்துப் பார்க்கும் நெகிழ்ச்சித் தருணங்கள் எல்லாம் 'அருவி' படத்தில் உண்டுதான். படத்தின் கணிசமான காட்சிகள் ரசிக்க முடிவதாக இருக்கிறது என்பதும் உண்மைதான். ஆனால், அவை துண்டு துண்டாக படத்தின் மைய இழைக்குத் தொடர்பற்று ஆங்காங்கே அந்தரத்தில் நிற்கின்றன. ஒட்டுமொத்தமாக ஒரு படம் அளிக்க வேண்டிய கலாப்பூர்வ அனுபவத்தைப் படம் அளிக்கத் தவறி விடுகிறது. அதனால் 'அருவி' சுமாரான படம் என்று சொல்ல வேண்டிய துர்பார்க்கிய நிலை.

படத்தில் வரும் தொலைக்காட்சி நிகழ்ச்சியின் படப்பிடிப்பில் ஒவ்வொரு முறையும் 'ரோல்லிங் ஸா...ர்!' என்று வித்தியாசமான முறையில் கேமராமேன் சொல்வார். அது கேட்க ரசிக்கும்படியும் சிரிக்கும்படியும் இருக்கிறதுதான். ஆனால், அதற்காகவே அதைச் சிறப்பானது என்று சொல்லிவிட முடியாதல்லவா! படமும் அப்படித்தான்.

(22, டிசம்பர் 2017)

www.ingramcontent.com/pod-product-compliance
Lightning Source LLC
LaVergne TN
LVHW060453051026
849518LV00002B/752
* 9 7 8 8 1 8 4 9 3 9 7 8 1 *